ST. AUGUSTINE CỦA HÀ MÃ (354–430 (AD)

Từ Một bồn chồn Trái tim ĐẾN Một Viết Mạng sống

Cuộc sống Thư tín – 40 Ngày Lời cầu nguyện Loạt - 1

Qua

Aurelius Augustinus – Thánh Augustine của Hà mã; Zacharias Đại bàng thần;
Đại sứ M. O. Ogbe;
C. Ladi Ogbe;

Bàn của Nội dung

BẢN QUYỀN © TRANG

ST. AUGUSTINE CỦA HÀ MÃ (354–430 (AD)

Từ Một bồn chồn Trái tim ĐẾN Một Viết Mạng sống

Cuộc sống Thư tín – 40 Ngày Lời cầu nguyện Loạt | Sách 1

TÁC GIẢ

Aurelius Augustinus (Thánh Augustine của Hà Mã) Zacharias Đại bàng thần

Đại sứ Thứ hai O. Ogbe Comfort

Ladi Ogbe NHÀ XUẤT BẢN

Zacharias Đại bàng thần Và Đại bàng thần Bộ

Được xuất bản bởi: **Zacharias Godseagle** Liên hệ -

https://www.otakada.org

ambassador@otakada.org

Điện thoại/SMS +13024922440;

Whatsapp +2348032835348

TUYÊN BỐ MIỄN TRÁCH NHIỆM

Cái này sách là Một sự sùng kính Và môn đệ hóa nguồn lực. Trong khi Nó vẽ Từ các tài liệu lịch sử, bao gồm cả *cuốn Tự thú của Thánh Augustine* , nó không nhằm mục đích như vậy. Một phê bình học thuật phiên bản hoặc Một thay thế vì sơ đẳng thần học văn bản.

Kinh thánh trích dẫn là đã sử dụng vì sự sùng kính Và hướng dẫn mục đích Giải thích Và ứng dụng là đã trình bày cầu nguyện Và về mặt mục vụ.

KINH THÁNH ĐỂ Ý

Trừ khi có chỉ dẫn khác, các trích dẫn Kinh Thánh được lấy từ những nguồn thường dùng. Tiếng Anh bản dịch. Nhấn mạnh có là đã thêm TRONG địa điểm vì sự rõ ràng và sùng kính tập trung.

THÔNG TIN IN ẤN

Đã in TRONG cái Liên hiệp Các tiểu bang của Nước Mỹ trên hết Phiên bản

GIỚI THIỆU VỀ CUỐN SÁCH – Thánh Augustine thành Hippo (354–430 sau Công nguyên) –

Từ Một bồn chồn Trái tim ĐẾN Một Viết Mạng sống

W mũ làm Nó Nhìn giống khi Chúa từ chối ĐẾN bỏ rơi Một linh hồn? Cuộc đời của **Thánh Augustine thành Hippo (354–430 sau Công nguyên)** trả lời câu hỏi đó. với không phổ biến sự trung thực Và bền bỉ quyền lực.

của Augustine câu chuyện tiếp tục ĐẾN nói chuyện sang thế kỷ bởi vì Nó phản ánh một cuộc đấu tranh nhiều những người tin tưởng vẫn nhận ra hôm nay—một mạng sống được đánh dấu qua sự mong muốn Không nghỉ ngơi, tri thức không kèm theo vâng lời, đức tin không kèm theo sự đầu hàng, và ân điển không chịu buông bỏ. Hành trình của ông phơi bày xung đột nội tâm của trái tim con người và ... không ngừng nghỉ lòng thương xót của Chúa Ai theo đuổi, đối đầu, khôi phục, Và biến đổi.

Cuộc sống Thư tín: Thánh Augustine của Hà mã (354–430 (AD) là Một **sự sùng kính Cơ đốc giáo tiểu sử** được thiết kế ĐẾN môn đệ những người tin tưởng bởi vì sống Lời chứng ngôn hơn là lý thuyết trừu tượng. Dựa trên *tác phẩm Tự thú của Augustine* và được neo giữ bởi... chắc chắn TRONG Kinh thánh, cái này sách quà tặng của Augustine mạng sống không BẰNG lịch sử xa xưa , Nhưng BẰNG Một **cuộc sống thư viết qua Chúa vì cái Nhà thờ Hôm nay** .

Thông qua một câu chuyện tiểu sử hấp dẫn và một **hành trình tĩnh tâm 40 ngày được cấu trúc cẩn thận** , người đọc được hướng dẫn qua các chủ đề về sự ăn năn, bản sắc, bị trì hoãn vâng lời, đã chia ra sự mong muốn, bên trong xung đột, duyên dáng, sự thánh thiện, sự kiên nhẫn, tâm linh chiến tranh, sự trưởng thành, Và dễ thấy hoa quả. Cái Hành trình này được dàn dựng một cách có chủ đích, bắt đầu từ quá trình hình thành nhân cách của Augustine và kết thúc bằng sự biến đổi của người đọc. cuối cùng sự chuyển động của cái sách ca làm việc quyết định theo hướng cái độc giả.

Thông qua những tình huống tinh tế, giàu tính kể chuyện và những hành động vâng lời thiết thực, người đọc được được mời ĐẾN thể hiện Gì họ có đã học—kiểm tra của họ sở hữu cuộc sống như **sống thư từ của Chúa Kitô** , viết qua cái Tinh thần của cái cuộc sống Chúa Và đọc qua thế giới.

Cuốn sách này được viết dành cho **việc cầu nguyện cá nhân, học nhóm, và việc đào tạo môn đồ trong nhà thờ. Khả năng lãnh đạo sự hình thành, Và nhiệm vụ đào tạo** . Nó là được thiết kế không chỉ ĐẾN thông báo, Nhưng ĐẾN hình thức—gọi những người tin tưởng ĐẾN Một sự tin tưởng cái đó là dễ thấy, dễ đọc và hiệu quả.

Cái này là không chỉ Một câu chuyện Về Augustine.

Nó là Một gọi ĐẾN trở nên **có thể viết TRONG cái bàn tay của Chúa Trời** . **CUỐN SÁCH NÀY DÀNH CHO AI**

Cái này sách là vì:

- Kitô hữu đói bụng vì tâm linh độ sâu Và nghe lời sự tin tưởng
- Những người tin tưởng đấu vật với bị trì hoãn đầu hàng hoặc đã chia ra sự mong muốn
- Nhà thờ các nhà lãnh đạo môn đồ người khác TRONG đời thực Kitô giáo
- Mới những người tin tưởng tìm kiếm thật mô hình của sống sự tin tưởng
- Độc giả Ai muốn Kinh thánh **đã áp dụng** , không chỉ đã giải thích

Cuốn sách này được viết cho tất cả những người tin tưởng vào Đức Thánh Linh để Ngài làm cho chân lý trở nên gần gũi hơn với cuộc sống của họ. theo ĐẾN mỗi độc giả hành trình.

CÁI HỨA CỦA CÁI NÀY SÁCH

Cái này sách lời hứa ĐẾN:

- Thức tỉnh tâm linh đói
- Đối đầu nửa vời vâng lời
- Tăng cường sự tin tưởng bởi vì trung thực lời khai
- Làm sâu sắc thêm yêu vì Kinh thánh
- Truyền cảm hứng Một mạng sống cái đó gấu dễ thấy hoa quả
- Trang bị độc giả ĐẾN sống BẰNG đại sứ của Chúa Kitô

Nó làm **không** hứa an ủi không có thay đổi.

Nó lời hứa **sự biến đổi bởi vì đầu hàng** . Shalom!

Zacharias Godseagle; Amb MO Ogbe; C. Ladi Ogbe

Bộ Đại bàng của Chúa
https://www.otakada.org
ambassador@otakada.org

SỰ CỐNG HIẾN

Tcủa anh ấy sách là tận tụy ĐẾN mọi linh hồn Chúa bị từ chối ĐẾN bỏ rơi.
ĐẾN những thứ kia Ai tin rằng dài trước họ đã
tuân theo. những thứ kia Ai yêu thương Chúa Nhưng
vật lộn với đầu hàng. Để những thứ kia Ai biết cái
sự thật chưa bị trì hoãn sự căn chỉnh.
ĐẾN những thứ kia của ai hành trình có là chậm, phức tap, Và sâu sắc bị
tranh chấp. Điều này công việc là tận tụy ĐẾN những người tin tưởng
Ai là vẫn hiện tại đã viết—
Những người có cuộc sống chưa hoàn hảo, nhưng
vẫn biết phục tùng; những người có đức tin chưa
trọn vẹn, nhưng vẫn kiên định;
Người mà câu chuyện của mình chưa kết thúc, nhưng đã
trung thành dâng hiến cho Chúa. Trên đây tất cả, cái này
sách là tận tụy ĐẾN cái vinh quang của Chúa,
Ai theo đuổi cái lang thang, đối đầu cái Kiên cường,
phục hồi những gì đã vỡ và hoàn thành công việc Ngài bắt
đầu.
Nguyện cho mỗi cuộc đời khi tiếp cận những
trang sách này đều trở thành một chứng nhân rõ
ràng hơn về Chúa Kitô.
Một chân thực hơn sự phản
xạ của ân điển và một bức
thư sống động—
viết qua cái Tinh thần của cái cuộc sống Chúa.

LỜI CẢM ƠN

T của anh ấy công việc giá đỡ TRÊN thánh đất hình dạng qua Kinh thánh, lịch sử, lời cầu nguyện, và sự vâng lời.

Đầu tiên Và luôn luôn, tất cả tôn kính Và lòng biết ơn thuộc về ĐẾN Chúa— Tác giả Về sự sống, chân lý và sự biến đổi. Không có Thánh Linh của Ngài thì không có sự mặc khải; không có ân điển của Ngài thì không có sự ăn năn; không có lòng kiên nhẫn của Ngài thì công việc không thể hoàn thành. Cuốn sách này tồn tại bởi vì Chúa tiếp tục ĐẾN viết TRÊN nhân loại trái tim Và từ chối Từ bỏ công trình do chính tay Ngài tạo nên.

Chúng ta ghi nhận chứng nhân trường tồn của **Thánh Augustine thành Hippo** , người có lòng trung thực. trước Chúa Và cái Nhà thờ tiếp tục ĐẾN hướng dẫn, tù nhân, Và chữa lành hàng thế kỷ sau đó. Của anh ấy sự tự nguyện ĐẾN xưng sự yếu đuối hơn là hơn tuyển chọn Sức mạnh ấy đã mang lại cho Giáo hội một lời chứng vẫn còn vô cùng quan trọng trong mọi thế hệ.

cuốn Tự thú của Augustine và những thế hệ kế thừa của nó. của những người tin tưởng, các học giả, người dịch, các mục sư, Và giáo viên Ai đã bảo vệ cái Kinh thánh Và trung thành đi qua xuống cái Cơ đốc giáo nhân chứng. Chúng tôi đứng không BẰNG nhà phát minh của sự thật, Nhưng BẰNG người quản lý của Một thiêng liêng thừa kế.

Cái này sách là Mà còn hình dạng qua cái vô hình nhân công của cái Nhà thờ—bởi những người cố vấn dạy vâng lời hơn là hơn tiếng vỗ tay, qua các nhà lãnh đạo Ai mô hình hóa tính toàn vẹn theo áp lực, qua cộng đồng cái đó có giá trị sự hình thành qua hiệu suất, và bởi người cầu thay của ai lời cầu nguyện là được biết đến chỉ một ĐẾN Chúa.

Cuối cùng, chúng tôi thừa nhận mọi người đọc Ai sẽ đính hôn những cái này trang không như nội dung ĐẾN tiêu thụ, Nhưng BẰNG Một gọi

ĐẾN trả lời. Cái này sách là chưa hoàn chỉnh không có bạn sự vâng lời. Của nó ĐÚNG VẬY hoa quả sẽ không là đo được TRONG trang đọc, Nhưng TRONG cuộc sống đồng điệu, thói quen đã thay đổi, Và Chúa Kitô làm ra dễ thấy bởi vì trung thành nhân chứng.

Có thể Chúa nhận được cái vinh quang vì Gì Anh ta một mình Có thể viết.

LỜI NÓI ĐẦU

T Anh ta Cơ đốc giáo sự tin tưởng có không bao giờ là được duy trì qu tưởng một mình.

Nó có luôn luôn là được bảo quản bởi vì **cuộc sống** .

Từ việc Áp-ra-ham rời bỏ những điều quen thuộc, đến việc Mô-sê gánh vác trọng trách. của Một Quốc gia, ĐẾN Paul thể hiện cái phúc âm Anh ta một lần đối lập, Chúa Ngài luôn chọn cách tự bày tỏ mình không chỉ qua mặc khải bằng văn bản, mà còn qua **sự hiện thân. sự vâng phục** . Kinh Thánh tiết lộ lẽ thật; cuộc sống chứng minh điều đó. Nó. Học thuyết hướng dẫn; nhân chứng Thuyết phục.

Trong mỗi thế hệ, Giáo hội đều đối mặt với cùng một mối nguy hiểm thầm lặng: tin rằng đồng thuận với chân lý cũng đồng nghĩa với việc phục tùng chân lý. Chúng ta đang sống trong thời đại có thể tiếp cận Kinh Thánh, thần học và nội dung Kitô giáo một cách dễ dàng hơn bao giờ hết – nhưng chúng ta cũng đang sống trong thời đại mà những thành quả hữu hình, sự kiên trì thuộc linh và đức tin vâng phục ngày càng trở nên hiếm hoi. Thách thức hiện đại không phải là sự thiếu hiểu biết về chân lý, mà là **sự chống lại việc được đào tạo** .

Cái *Cuộc sống Thư tín* loạt tồn tại bởi vì cái Kinh Thánh chính nó khẳng định cái đó những người tin tưởng là không chỉ độc giả của Kinh thánh, Nhưng **của nó phần tiếp theo** —thư viết không phải với mực, Nhưng với cái Tinh thần của cái cuộc sống Chúa, được biết đến Và đọc qua tất cả mọi người. Kitô giáo không bao giờ được tạo ra để được chiêm ngưỡng từ xa. Nó được tạo ra để được **nhìn thấy, đã được kiểm tra, Và được giải thích bởi vì cuộc sống** .

Thánh Augustine thành Hippo là một trong những ví dụ rõ ràng và chân thực nhất về thực tế này. Cuộc đời ông không gọn gàng hay theo một đường thẳng. Nó công khai, đầy mâu thuẫn và mang tính trí tuệ . xuất sắc, về mặt đạo đức đã chia ra, sâu sắc tội lỗi, thực sự ăn năn, và cuối cùng đã đầu hàng. Augustine làm không tuyển chọn Một lời khai; Anh ta **thú nhận Một cuộc đời** . Ông không che giấu những thất bại của mình; ông đặt chúng trước mặt Chúa để những người khác có thể được chữa lành, cảnh báo và củng cố.

Tập sách này mở đầu cho *loạt sách "Những bức thư sống động – 40 ngày suy niệm"* với một sự khởi đầu có chủ đích. sự kết tội: môn đệ hóa là tăng tốc khi những người tin tưởng nhìn thấy Làm sao sự thật là sống **dưới áp lực** , **qua thời gian** , **bởi vì trì hoãn** , **TRONG sự thất bại** , Và **qua duyên dáng** .

của Augustine câu chuyện chứng minh cái đó sự biến đổi là thường chậm hơn hơn chúng tôi Hãy kỳ vọng, mọi thứ sẽ rối rắm hơn chúng ta mong muốn, và đòi hỏi nhiều hơn cả niềm tin đơn thuần—nhưng cũng nhiều hơn thế nữa. bền bỉ.

Cuốn sách này được viết cho một Giáo hội cần phải phục hồi không chỉ những gì mình tin tưởng, mà **cả cách sống của mình nữa** .

ĐỘC GIẢ ÔN TẬP

"Tcủa anh ấy sách biến đổi Augustine từ Một xa xôi thần học người khổng lồ thành một đồng nghiệp người hành hương của ai những khó khăn, sự chậm trễ, Và đầu hàng cảm thấy nổi bật hiện đại. Nó là cả hai tỉnh táo Và Tràn đầy hy vọng ."

"Một sự kết hợp hiếm có giữa tiểu sử, Kinh Thánh và sự hình thành tâm linh. Cuốn sách suy niệm này không chỉ cung cấp thông tin cho trí tuệ mà còn tác động nhẹ nhàng nhưng sâu sắc đến trái tim."

"CUỘC SỐNG THƯ TÍN THƯ MỜI cái người đọc ĐẾN dừng lại quan sát sự tin tưởng từ một khoảng cách nhất định và bắt đầu sống điều đó một cách rõ ràng. Sự trung thực của Augustine trở thành cánh cửa dẫn đến sự hiểu biết cá nhân. sự ăn năn hối lỗi Và sự đổi mới."

"Tác phẩm này nhắc nhở chúng ta rằng những lời chứng vĩ đại nhất về Chúa không phải là những thứ được trau chuốt hoàn hảo." cuộc sống, Nhưng đã mang lại những cái đó. của Augustine câu chuyện là đã xử lý với sự tôn kính, chiều sâu, Và mục vụ khôn ngoan."

"HƠN HƠN MỘT 40 ngày sùng kính, cái này sách là Một được duy trì Cuộc gặp gỡ với ân điển—loại ân điển theo đuổi, chờ đợi, đối diện và cuối cùng là biến đổi."

GIỚI THIỆU

"Y của bạn là của chúng tôi thư từ, viết TRONG của chúng tôi trái tim, đư biết đến Và đọc qua tất cả đàn ông."

— 2 Cô-rinh-tô 3:2

Chúa không bao giờ dự định Của anh ấy Từ ĐẾN duy trì Tóm tắt.

Anh ta dự định Nó ĐẾN trở nên thịt một lần nữa—thông qua Của anh ấy n người.

Cái Kinh thánh đã từng không được cho chỉ ĐẾN thông báo cái tâm trí, Nhưng ĐẾN **hình thức cuộc sống** . Từ cái bắt đầu, Của Chúa thiết kế có là cái đó Của anh ấy sự thật sẽ là được thể hiện rõ ràng qua sự vâng phục của con người—để thế giới không chỉ nghe thấy những gì ĐÚNG VẬY, Nhưng **nhìn thấy Gì Nó sản xuất** .

Cuộc đời của Thánh Augustine thành Hippo cho thấy thiết kế này một cách rõ ràng đến kinh ngạc. Augustine đã biết chân lý từ rất lâu trước khi ông tuân theo nó. Ông yêu mến Chúa trước khi hoàn toàn quy phục Ngài. Ông có thể diễn đạt giáo lý Kitô giáo trong khi vẫn chống lại sự vâng phục Kitô giáo. Câu chuyện của ông phơi bày một sự căng thẳng mà nhiều tín đồ âm thầm cảm nhận. mang Hôm nay: cái khoảng cách giữa Gì chúng tôi xưng Và Gì chúng tôi luyện tập.

của Augustine hành trình là không cái câu chuyện của Một người đàn ông Ai thiếu kiến thức. Nó là câu chuyện của Một người đàn ông của ai **sẽ bị chậm trễ phía sau của anh ấy sự tin tưởng** , của ai mong muốn chống lại sự sắp xếp, Và của ai đầu hàng đã đến chỉ một sau đó kéo dài đấu tranh. Chúa Ngài không bỏ rơi ông trong sự chậm trễ đó. Thay vào đó, Ngài theo đuổi Augustine bằng tham vọng. trí tuệ, thành công, sự thất bại, sự mong muốn, nỗi tủi nhục, Và sự kháng cự—cho đến khi Chúa Kitô là không chỉ tin rằng, Nhưng **được hình thành ở trong** .

Cuốn sách này mời bạn bước vào cuộc đời của Thánh Augustine không phải với tư cách người quan sát, mà là người tham gia. Nó không yêu cầu bạn ngưỡng mộ sự hoán cải của ông hay phân tích thần học của ông từ một khoảng cách an toàn. Nó mời bạn xem xét những sự trì hoãn của chính mình, những sự chia rẽ. yêu thương, riêng tư sự thỏa hiệp, Và các mẫu của sức chống cự TRONG cái ánh sáng dựa trên Kinh Thánh và lời chứng sống.

Khi bài suy niệm diễn ra, trọng tâm dần dần thay đổi. Cuộc đời của Thánh Augustine trở thành một tấm gương, và cuối cùng tấm gương hoàn toàn hướng về người đọc. cuối cùng sự chuyển động của cái này hành trình là cố ý thực tế Và đang tìm kiếm—đang trình bày hiện đại các kịch bản, im lặng hành động của vâng lời, và những khoảnh khắc của phán quyết Ở đâu sự tin tưởng pl trở nên dễ thấy.

Bạn là không đọc lịch sử một mình.

Bạn đang đọc về những điều Chúa có thể làm với một cuộc đời cuối cùng cũng biết quy phục . qua cái kết thúc, Bạn là KHÔNG dài hơn chỉ một Một độc giả.

Bạn là cái thư hiện tại đã viết.

LÀM SAO ĐẾN SỬ DỤNG CÁI NÀY SÁCH

Vì Cá nhân Và Nhóm

1. SỬ DỤNG CÁI NÀY SÁCH BẰNG MỘT CÁ NHÂN

Cái này sự sùng kính là không được thiết kế vì tốc độ, âm lượng, hoặc Việc tích lũy thông tin. Nó được thiết kế để **hình thành** .

A. Hằng ngày Nhịp điệu (15–30 Phút)

Mỗi ngày là có cấu trúc ĐẾN là sống, không vội vàng.

Khuyến khích chảy:

1. **Đọc Chậm**

   LÀM không đọc lướt. Đọc BẰNG mặc dù cái chữ là đọc *Bạn* .

2. **Đi vào cái Kịch bản**

   LÀM không phân tích Nó.

   Tưởng tượng bản thân bạn TRONG Nó. Cho phép Nó bề mặt trung thực phản ứng.

3. **Ngồi Với cái Câu hỏi**

   Cái câu hỏi là không có nghĩa là ĐẾN là đã trả lời

   Nhanh chóng. Một số thứ thì cần lưu lại cả ngày.

4. **Luyện tập cái Hoạt động**

   Mỗi ngày bao gồm Một bé nhỏ hành động của sự vâng lời.

   LÀM Nó một cách lặng lẽ. LÀM không thông báo Nó. Cho phép Nó hình dạng Bạn.

5. **Cầu nguyện Đơn giản**

   Cái lời cầu nguyện là cố ý đơn giản.

   Sử dụng họ BẰNG viết hoặc cho phép họ mở của bạn sở hữu từ.

B. Tư thế vì Cá nhân Sử dụng

- Đọc **một ngày mỗi ngày chỉ một**
- Tránh xa nhảy phía trước, thậm chí nếu như cái Kế tiếp ngày cảm thấy hấ dẫn

- LÀM không Nhìn vì xúc động trải nghiệm—nhìn vì sự căn chỉnh
- Tạp chí chỉ một Gì là cần thiết; vâng lời vấn đề hơn hơn cái nhìn thấu suốt

Cái này sách tác phẩm tốt nhất khi đọc **với sự kiềm chế** .

C. Khi ĐẾN Tạm dừng

Nếu như Một ngày phơi bày sức chống cự, sự kết tội, hoặc mệt mỏi:

- Ở lại với cái đó ngày vì MỘT thêm 24–48 giờ
- Luyện tập cái hoạt động lại
- LÀM không cây bấc sự biến đổi

Tâm linh sự hình thành là không tuyến tính.

2. SỬ DỤNG CÁI NÀY SÁCH TRONG MỘT NHÓM CÀI ĐẶT

Cái này sách là cố ý viết ĐẾN chức năng TRONG **bé nhỏ các nhóm, các vòng tròn môn đệ hóa, các nhóm lãnh đạo và các đội phục vụ** .

A. Lý tưởng Nhóm Kích cỡ

- **4–8 mọi người** là tối ưu
- Ít hơn hơn 4 giới hạn nhân chứng
- Hơn hơn 10 giới hạn sự trung thực

Cái này là Một **sự hình thành không gian** , không Một lớp học.

B. Hàng tuần Nhóm Nhịp điệu (Khuyến khích)

Hơn là hơn cuộc họp hằng ngày, các nhóm nên di chuyển Tại Một **hàng tuần Tốc độ** . **Đề xuất kết cấu:**

- 5 sự sùng kính ngày riêng lẻ (Ngày) 1–5)
- 1 nhóm cuộc họp ĐẾN quá trình
- 1 nghỉ ngơi hoặc bắt kịp ngày

Cái này cho phép vâng lời ĐẾN là thực hành riêng tư Và đã xử lý trên phạm vi doanh nghiệp.

C. Nhóm Cuộc họp Kết cấu (60–90 Phút)

1. Khai mạc Sự tĩnh lặng (5 (phút) Không cập nhật. Không thảo luận. Chỉ cần giữ yên lặng trong phòng.

2. Chia sẻ Suy ngẫm (30 phút)

Mỗi người câu trả lời chỉ một:

- *Cái gì chống lại Tôi cái này tuần?*
- *Cái gì làm Chúa bề mặt?*

KHÔNG đang sửa chữa. KHÔNG giảng dạy.

3. Kinh thánh & Sự phân biệt (20 phút)

Đọc cái chìa khóa kinh thánh nói to

Từ từ. Hãy hỏi:

- *Cái gì hoa quả là đang hình thành?*
- *Cái gì sự căn chỉnh là Chúa hỏi vì?*

4. Lời cầu nguyện & Tuyên ngôn (15 phút)

Cầu nguyện vì vâng lời, không sự an

ủi. Hãy nói cái tuyên bố cùng nhau.

D. Nhóm Quy tắc (Rất Quan trọng)

Vì cái này sách ĐẾN công việc TRONG các nhóm, cái tiếp theo phải là đồng ý trên:

- KHÔNG sửa chữa một khác
- KHÔNG giảng dạy trừ khi được mời
- KHÔNG khuyên bảo Trừ khi yêu cầu
- KHÔNG chia sẻ ngoài cái nhóm
- KHÔNG tâm linh so sánh

Cái này là Một **an toàn sự hình thành môi trường** , không Một tranh luận diễn đàn.

3. SỬ DỤNG CÁI NÀY SÁCH VÌ KHẢ NĂNG LÃNH ĐẠO & MÔN ĐỆ HÓA

Cái này sự sùng kính là đặc biệt hiệu quả vì:

- Nhà thờ Khả năng lãnh đạo đội
- Bộ thực tập sinh

- Mới nổi các nhà lãnh đạo
- Trưởng thành những người tin tưởng vào mới trách nhiệm

A. Khả năng lãnh đạo Nhấn mạnh

Lãnh đạo nên chi trả đặc biệt chú ý ĐẾN:

- Ngày TRÊN thẩm quyền, im lặng, sức bền, Và hiệu suất
- Các kịch bản cái đó phơi ra âm điệu, điều khiển, Và khả năng hiển thị
- Hành động cái đó yêu cầu sự kiềm chế hơn là hơn sáng kiến

Cái này sách biểu mẫu **tính cách trước dung tích** .

B. Người điều phối Vai trò

Nếu như Bạn là dẫn đầu người khác bởi vì cái này sách:

- LÀM không thống trị cuộc thảo luận
- Người mẫu lỗ hổng không có chia sẻ quá mức
- Cho phép im lặng
- Bảo vệ cái nhịp độ

Của bạn vai trò là **người giám hộ của cái môi trường** , không cái chuyên gia.

4. CÁI GÌ CÁI NÀY SÁCH LÀ — VÀ LÀ KHÔNG

Cái này Sách Là:

- MỘT sự hình thành hành trình
- MỘT môn đệ hóa dụng cụ
- MỘT gương vì vâng lời
- MỘT vận hành nguồn lực

Cái này Sách Là Không:

- MỘT thần học sách giáo khoa
- MỘT động lực sự sùng kính
- MỘT đọc nhanh chương trình
- MỘT do cá tính thúc đẩy học

Nó là được thiết kế ĐẾN **rời khỏi dấu hiệu** , không ấn tượng.

5. MỘT CUỐI CÙNG TỪ ĐẾN ĐỘC GIẢ

Liệu Bạn đi bộ bởi vì cái này sách một mình hoặc với người khác,

Trách nhiệm là như nhau:

Bạn là không yêu cầu ĐẾN ngưỡng mộ sự thật.

Bạn là yêu cầu ĐẾN **trở nên dễ đọc** .
Đọc chậm.
Tuân theo
Sống lặng lẽ .
rõ ràng.
Cái thế giới là đọc.

ST. AUGUSTINE CỦA HÀ MÃ (354–430 (AD) - MỘT Mạng sống Chúa Bị từ chối ĐẾN Rời khỏi Một mình

CÁI ĐẦY TÊN CỦA ST. Augustine của Hà mã đã từng là **Aurelius Augustinus** (bằng tiếng Latin) hoặc **Aurelius Augustine** . Anh ta là nổi tiếng được biết đến BẰNG Augustine của Hà Mã (tiếng Latinh: *Aurelius Augustinus Hipponensis*), có phục vụ BẰNG cái giám mục của Hippo Regius ở Bắc Phi từ năm 396 đến 430 sau Công nguyên.

- **Sinh Tên:** Aurelius Augustinus.
- **Ý nghĩa:** Một Giáo phụ Latinh, nhà triết học và tiến sĩ của Giáo hội Công giáo.
- **Bối cảnh:** Anh ta là được công nhận vì của anh ấy đóng góp ĐẾN Kitô giáo phương Tây Và triết lý, với nổi tiếng

tác phẩm bao gồm *Lời thú tội* và *Thành phố của Chúa* .

CHƯƠNG MỘT

Một đứa trẻ hiếu động, một người mẹ cầu nguyện và một vị Chúa luôn dõi theo.

He sẽ sau đó trở nên một của cái hầu hết có ảnh hưởng Kitô hữu Ai từng sống.

Nhưng Tại cái bắt đầu, **Không có gì Về Augustine đề xuất Đầu hàng** . Ông ấy đã rất tài giỏi trước khi trở nên khiêm nhường.

Trước khi ngoan ngoãn, cậu ta rất

tò mò. Không ngừng nghỉ . dài trước

Anh ta đã từng là đã được chuộc lại.

Augustine sinh năm 354 sau Công nguyên, tại một thị trấn nhỏ ở Bắc Phi có tên là... Thagaste, TRONG Gì là Hiện nay ngày nay Algeria. Anh ta đã nhập cái thế giới Không phải như một vị thánh, mà như một sự mâu thuẫn—lớn lên trong một gia đình chia rẽ về đức tin, được định hình bởi Một mẹ Ai cầu nguyện không ngừng nghỉ, Và ảnh hưởng qua Một bố Ai Ngưỡng mộ tham vọng hơn là sự thánh thiện.

Từ của anh ấy sớm nhất ngày, của Augustine trái tim nghiêng theo hướng *muốn nhiều hơn nữa* —nhiều hơn nữa vinh hạnh, hơn kiến thức, hơn sự công nhận, hơn tự do. Tuy nhiên ngay cả BẰNG Một đứa trẻ, thứ gì đó khác đã từng là hiện tại: Một sâu, vô danh sự bất mãn luôn đeo bám ông khắp mọi nơi.

Sau này ông ta thú nhận rằng... Vấn đề không phải là sự thiếu hiểu biết Chúa. Nhưng

sai hướng yêu .

Nhưng Làm sao làm Một đứa trẻ học hỏi Gì ĐẾN yêu?

Và Ai là tạo hình của chúng tôi mong muốn trước chúng tôi là thậm chí nhận thức của Chúng ư? Những thứ này câu hỏi sẽ ma ám của Augustine mạng sống.

MỘT CĂN NHÀ ĐÃ CHIA RA

Augustine lớn lên dưới sự chăm sóc chu đáo của mẹ mình, Monica—một người mẹ. Cơ đốc giáo đàn bà của ai sự tin tưởng đã từng là không im lặng, lịch sự, hoặc riêng tư. Cô ấy cầu nguyện với nước mắt. Cô ấy tin rằng với sự kiên trì. Cô ấy đáng tin cậy Chúa vì cô ấy thậm chí cả con trai khi của anh ấy lựa chọn có vẻ như ĐẾN mâu thuẫn mọi mong cô ấy cầm.

Cha của ông, Patricius, là một người ngoại đạo—tham vọng, quan tâm đến địa vị xã hội và lo lắng nhiều hơn. với của Augustine tương lai thành công hơn của anh ấy tương lai linh hồn. Anh ta Họ ca ngợi trí tuệ của Augustine và mơ ước về sự thăng tiến của ông trong xã hội, nhưng lại tỏ ra ít quan tâm. vì cái sự hình thành của của anh ấy tính cách.

Hai giọng nói hình dạng cái trẻ Augustine:

- Một gọi anh ta hướng lên trên TRONG sự tin tưởng
- Cái khác đẩy anh ta bên ngoài theo hướng thành tích

Giữa họ là một cậu bé sớm nhận ra rằng **trí thông minh có thể phát triển nhanh hơn sự khôn ngoan** , và rằng tình yêu thương dành cho Chúa có thể tồn tại mà không cần vâng lời . Chúa.

Cái mà tiếng nói LÀM chúng tôi Nghe ĐẾN khi cả hai hứa Một tương lai?

MỘT SẮC TÂM TRÍ VÀ MỘT LỎNG LẺO TRÁI TIM

Augustine học rất giỏi. Cậu ấy ăn nói lưu loát. Cậu ấy rất thích tranh luận. anh ta. Khen cho ăn anh ta. Thậm chí BẰNG Một đứa trẻ, Anh ta được phát hiện cái đó trí tuệ Có thể nhận được sự ngưỡng mộ—và sự ngưỡng mộ có thể che giấu sự trống rỗng.

Chưa cùng với của anh ấy học thuật thành công chạy Một đang phát triển sự thèm ăn vì Sự nuông chiều bản thân. Augustine đã sớm học được cách lấy những gì mình muốn chỉ đơn giản vì mình muốn thế. Một trong những lời thú nhận sớm nhất của ông—thành thật đến kinh ngạc—không phải về sự thiếu hiểu biết, mà là về việc *tận hưởng điều sai trái* chỉ vì bản thân nó.

Anh ta từng ăn vụng trái cây - không phải vì đói, mà vì điều đó bị cấm.
Tại sao làm cái nhân loại trái tim sự mong muốn Gì Nó biết là Sai sao? Tại sao? làm vinh hạnh thường cảm thấy hơn thuyết phục hơn Sự thật ư? Đây không phải là những câu hỏi cổ xưa.
Họ là nhân loại những cái đó.

MỘT CHÚA AI ĐÃ TỪNG LÀ HIỆN TẠI NHƯNG KHÔNG ĐƯỢC CHÀO ĐÓN

Augustine được tiếp xúc với Cơ Đốc giáo từ sớm. Ông biết đến tên gọi này. của Chúa Kitô. Anh ta được kính trọng Kinh thánh. Anh ta thậm chí ngưỡng mộ Cơ đốc giáo đạo đức từ một khoảng cách. Nhưng sự ngưỡng mộ làm không dịch vào trong đầu hàng.

Ông ta muốn sự thật—nhưng không
muốn quyền lực. Ông ta muốn ý
nghĩa—nhưng không Sự kiềm chế.
Ông ấy muốn có Chúa—nhưng chưa
phải lúc.
Vì thế Chúa đã chờ đợi.
Hoặc đúng hơn là Chúa đã xem.

Và đằng sau mỗi lựa chọn mà Augustine đưa ra, đều có một lời cầu nguyện. mẹ, Một kiên nhẫn Chúa, Và Một đang phát triển bồn chồn cái đó KHÔNG thành công có thể im lặng.

CÂU HỎI CÁI ĐÓ SẼ KHÔNG ĐI XA

Trong suốt cuộc đời của Augustine, một số câu hỏi bắt đầu đeo bám ông—những câu hỏi sẽ định hình hành trình của ông và cuối cùng định hình Giáo hội:

- Tại sao LÀM chúng tôi biết Gì là Phải chưa chọn Gì là sai?
- Có thể sự tin tưởng hiện hữu không có vâng lời?
- Là sự mong muốn cái kẻ thù, hoặc là Nó đơn giản bị chuyển hướng sai?
- Tại sao làm Chúa cho phép trì hoãn TRONG chuyển đổi?
- Có thể trí tuệ trở nên Một rào cản ĐẾN Đầu hàng?
- Làm Chúa theo đuổi chúng ta thậm chí khi chúng tôi kháng cự Anh ta?
- Cái gì xảy ra khi sự thật đối đầu vinh hạnh?

Những cái này câu hỏi sẽ không là đã trả lời tất cả Tại một lần.

Những câu hỏi đó sẽ được giải đáp **từng ngày** , thông qua những thất bại và lời thú nhận của Thánh Augustine . của anh ấy quay điểm, Và của anh ấy cuối cùng đầu hàng—trên khắp cái Hành trình kéo dài 40 ngày tiếp theo.

MỘT MẠNG SỐNG DƯỚI QUAN SÁT

TẠI CÁI NÀY SÂN KHẤU CỦA CỦA ANH ẤY mạng sống, Augustine làm không coi như chính mình mất.

Nhưng thiên đường có đã được đánh dấu anh ta.

Anh ta sẽ sau đó viết cái đó Chúa đã từng là gần hơn ĐẾN anh ta h
Anh ta đã từng là với chính mình—hiện tại thậm chí khi bị bỏ qua, trung thành thậm chí khi đã chống cự.

Câu chuyện về Augustine không bắt đầu bằng sự cải đạo. Nó bắt đầu bằng **sự theo đuổi** .

Và cái đó theo đuổi có đã Đã bắt đầu.

CÂU HỎI ĐẾN MANG PHÍA TRƯỚC

LÀM KHÔNG TRẢ LỜI NHỮNG CÁI NÀY chưa. Cho phép họ nán lại:

- Cái gì giọng nói hình dạng của bạn sớm nhất mong muốn?
- Ở đâu làm trí thông minh hoặc tài năng thứ lỗi Sự bất tuân?
- Cái gì có Chúa là kiên nhẫn với TRONG của bạn mạng sống?
- Là của bạn trái tim bồn chồn—và nếu như Vì thế, Tại sao?

Những cái này câu hỏi sẽ gặp của họ câu trả lời BẰNG cái hành trình diễn r

CHƯƠNG HAI

SỰ QUYẾN RŨ CỦA THÀNH CÔNG VÀ SỰ GIÁO DỤC CỦA KHÁT VỌNG

A Augustine đã học được sớm cái đó **thành công có thể cảm thấy giống sự cứu rỗi** .

BẰNG Anh ta lớn lên, của anh ấy sự xuất sắc trở thành Không thể phủ nhận. Giáo viên được khen ngợi Anh ấy. Bạn bè ghen tị với anh ấy. Cơ hội mở ra trước mắt anh ấy. Trong một thế giới nơi sự thăng tiến tùy thuộc vào TRÊN hùng biện Và sự thuyết phục, của Augustine quà với Lời nói khiến ông ấy trở nên khác biệt.

Và với mọi thành tích đã đến sự củng cố:

Bạn là Xuất sắc. Bạn là định mệnh vì hơn.

Nhưng hơn của *Gì* ?

Cái đó câu hỏi đã từng là không bao giờ yêu cầu nói to—bởi vì thành công làm không Mời gọi thẩm vấn. Nó thúc đẩy đà tiến.

THAM VỌNG BẰNG MỘT THAY THẾ VÌ GỌI ĐIỆN

Quá trình học tập đã đưa Augustine rời khỏi quê hương đến những thành phố lớn hơn, những sân khấu rộng lớn hơn và những tràng pháo tay vang dội hơn. Ông đã thành thạo nghệ thuật hùng biện, nghệ thuật... sự thuyết phục, cái thủ công của xuất hiện khôn ngoan. Anh ta đã học được Làm sao ĐẾN di chuyển đám đông, làm cách nào để thắng lập luận, Làm sao ĐẾN âm thanh thuyết phục—thậm chí khi sự thật đã từng là Không chắc chắn.

Điều anh ta không học được là cách chế ngự dục vọng. Thế giới đã trọng thưởng tài năng của anh ta.

Trái tim anh đã đáp lại những
thôi thúc của mình. Và Chúa -
vẫn kiên nhẫn - đã quan sát.
Là Nó khả thi vì Một quà ĐẾN nâng cao nhanh hơn
hơn nhân vật? Có thể thành công trở nên Một nơi
trú ẩn từ kết tội?
Augustine sẽ sau đó trả lời những cái này câu hỏi Một cách đau đớn.

CÁI IM LẶNG SỰ HÌNH THÀNH CỦA MỘT ĐÃ CHIA RA LINH HỒN

TRONG NHỮNG NĂM NÀY, cuộc đời của Augustine chia thành nhiều giai đoạn. Trước công chúng, ông... đã từng là có kỷ luật, được ngưỡng mộ, Và đầy hứa hẹn. Riêng tư, Anh ta nuông chiều mong muốn Điều đó trái ngược với mọi giá trị mà ông ta tuyên bố trân trọng.

Anh ta làm không nhìn thấy cái
này BẰNG Sự đạo đức giả.
Ông ta coi đó là **chuyện bình**
thường .

Xét cho cùng, nhiều người đã sống theo cách này - thành công ban ngày, hưởng thụ cuộc sống về đêm. Cái gì quan trọng, Anh ta tin rằng, đã từng là cuối cùng chủ đích. Một ngày Anh ta sẽ thay đổi. Một ngày Anh ta sẽ là tốt hơn. Một ngày Anh ta sẽ nộp hoàn toàn ĐẾN Chúa.

Chỉ không chưa.

Tại sao làm "sau đó" cảm thấy Vì thế hợp lý khi vâng lời cảm
thấy Đắt đỏ? Tại sao? LÀM chúng tôi cho rằng thời gian sẽ
làm đầu hàng Dễ hơn?

của Augustine trì hoãn đã từng là không nổi loạn—nó đã từng là đàm phán.

MỘT SỰ TIN TƯỞNG CÁI ĐÓ CÓ THỂ CHỜ ĐỢI

AUGUSTINE ĐƯỢC TIN TƯỞNG TRONG Chúa.

Ông ấy kính trọng
Chúa Kitô. Ông ấy
ngưỡng mộ Kinh
thánh.

Nhưng sự tin tưởng không có vâng lời tạo ra MỘT ảo ảnh của sự an toàn.

Sau này ông thú nhận rằng ông sợ sự thánh thiện hơn là sợ tội lỗi—không phải bởi vì Anh ta nghi ngờ Của Chúa Trời ơi, Nhưng bởi vì Anh ta nghi ngờ của anh ấy sự sẵn lòng thay đổi của chính mình .

Anh ta đã cầu nguyện—
nhưng Một cách thận

trọng. Anh ta lắng nghe—
nhưng chỉ chọn lọc.
Ông ta không tuân lệnh—tự tin rằng mình vẫn đang nắm quyền kiểm soát. Nhưng quyền kiểm soát luôn chỉ là tạm thời.

CÁI SỰ MONG MUỐN CÁI ĐÓ TRỞ THÀNH MỘT BẬ THẦY

Càng về sau, cuộc đời của Augustine càng trở nên phóng túng. Ham muốn, một khi đã được thỏa mãn, càng trở nên mãnh liệt. Điều bắt đầu như một sự lựa chọn dần trở thành thói quen. Điều bắt đầu như một sự tự do đã biến thành sự phụ thuộc.

Anh ta yêu thương sâu sắc—
nhưng không Một cách khôn
ngoan. Anh ấy đã cam kết—
nhưng chưa hoàn toàn.
Anh ta khao khát vì sự thân mật—nhưng chống lại trách nhiệm giải trình.

Ham muốn hứa hẹn sự thỏa
mãn. Thay vào đó, Nó siết
chặt của nó va li.
Khi nào thì khoái lạc không còn phục vụ chúng ta nữa
mà bắt đầu chi phối chúng ta? Làm thế nào để phân
biệt tình cảm với sự nghiện ngập?
Những cái này đã từng câu hỏi Augustine có thể không chưa khuôn mặt.

MỘT MẸ AI SẼ KHÔNG DỪNG LẠI CẦU NGUYỆN

TẤT CẢ CÁI TRONG KHI, MONICA đã cầu nguyện.

Cô ấy đã cầu nguyện trong lúc thất
vọng. Cô ấy cầu nguyện bởi vì xấu
hổ.

Cô ấy cầu nguyện bởi vì công cộng thành công Và riêng tư sự thất bại.

Bà chứng kiến con trai mình thăng tiến về địa vị nhưng sa ngã về nhân cách—và bà vẫn kiên quyết tin rằng Chúa vẫn đang viết tiếp câu chuyện.

về mặt tâm linh có nghĩa là gì? Trôi dạt?

Lời cầu nguyện có tác dụng như thế nào khi không có
sự thay đổi nào có thể nhìn thấy được? Monica không
biết câu trả lời.

Cô ấy đáng tin cậy cái Tác giả.

MỘT MẠNG SỐNG DI CHUYỂN TIẾN LÊN—VÀ NGĂN CHẶN BÊN TRONG

BÊN NGOÀI, AUGUSTINE đã từng là đang tiến lên.

Trong thâm tâm, Anh ta đã từng là mắc kẹt.

Của anh ấy tâm trí đua phía trước của của anh ấy trái tim. Của anh ấy danh tiếng vượt qua của anh ấy sự vâng lời.

Của anh ấy tương lai trông sáng sủa—nhưng của anh ấy linh hồn cảm thấy ngày càng mờ nhạt.

Và ẩn sau những tiếng huyên náo của thành tựu, sự bồn chồn lại

quay trở lại. Không phải vậy. lớn tiếng.
Kiên trì.
MỘT câu hỏi bắt đầu ĐẾN bề mặt—yên tĩnh Nhưng không ngừng nghỉ:
Là cái này tất cả ở đó là?

CÂU HỎI CÁI ĐÓ SẼ HÌNH DẠNG CÁI HÀNH TRÌNH PHÍA TRƯỚC

LÀM KHÔNG CÂY BẤC ĐẾN TRẢ LỜI những cái này:

- Có thể tham vọng cùng tồn tại với Đầu hàng?
- Tại Gì điểm làm trì hoãn trở nên Sự bất tuân?
- Tại sao Chúa lại cho phép sự thành công tiếp diễn ngay cả khi tấm lòng đã bị tổn hại?
- Là sự mong muốn độc ác, hoặc đơn giản Thiếu kỷ luật?
- Làm sao dài sẽ Chúa Chờ đợi trước Anh ta can thiệp?

Những cái này câu hỏi sẽ theo Augustine—và họ sẽ theo chúng ta—vào tiếp theo chương.

CÁI GÌ LÀ ĐANG TỚI KẾ TIẾP

AUGUSTINE LÀ VỀ ĐẾN bắt gặp:

- MỘT sự tin tưởng hệ thống cái đó cảm thấy về mặt trí tuệ thượng đẳng
- MỘT triết lý cái đó lời hứa sự rõ ràng không có sự ăn năn hối lỗi
- MỘT phiên bản của sự tin tưởng cái đó loại bỏ cái khó chịu của vâng lời

Và Anh ta sẽ ôm Nó.

Không bởi vì Nó là đúng vậy—nhưng bởi vì Nó là thuận lợi.

CÂU HỎI ĐẾN MANG PHÍA TRƯỚC

- Ở đâu có thành công mờ nhạt của bạn giác quan của khẩn cấp theo hướng Chúa?
- Cái gì vâng lời có Bạn bị hoãn bởi vì "sau đó" Cảm thấy an toàn hơn?
- Ai là cầu nguyện vì bạn—và là Bạn Đang nghe chứ?

CÁI CÂU CHUYỆN TIẾP TỤC.

CHƯƠNG BA

MỘT TÔN GIÁO CÁI ĐÓ ĐƯỢC NỊU LỜI TÂM TRÍ VÀ SỰ THA THỨ CHO TRÁI TIM

A Augustine làm không bỏ rơi Chúa.

Anh ta **được định nghĩa lại Anh ta** .

Đến một thời điểm mà tham vọng không thể thỏa mãn và khoái lạc không mang lại kết quả như mong muốn, Augustine đã hướng đến một hệ thống tín ngưỡng hứa hẹn điều gì đó vô cùng hấp dẫn: *sự thật không có sự biến đổi* .

Nó làm không yêu cầu Sự hối
cải. Nó không đối đầu với
dục vọng.
Nó làm không gọi vì Đầu
hàng. Nghe có vẻ thông
minh.
Nó cảm thấy hợp lý.
Và Nó cho phép anh ta ĐẾN duy trì
TRONG Sự kiểm soát. Vì vậy,
Augustine đã đón nhận nó.

KHI SỰ TIN TƯỞNG TRỞ THÀNH MỘT ẨN NÁU ĐỊA ĐIỂM

Hệ thống mà Augustine áp dụng tuyên bố có thể giải thích vấn đề về cái ác trong Một đường cái đó nhẹ nhõm riêng tư trách nhiệm. Sai đã từng là KHÔNG dài hơn Đó là điều cần phải hối hận—đó là điều cần phải giải thích. Thất bại không còn là vấn đề đạo đức nữa—mà là vấn đề siêu hình.

Trong khuôn khổ này, Augustine vẫn có thể nói về ánh sáng và bóng tối, về chân lý. Và lỗi, Tốt Và ác—không có đối đầu của anh ấy sở hữu sẽ.

Nó ban cho ông ngôn ngữ mà không

cần quyền lực. Sự thấu hiểu mà

không cần sự phục tùng.

Tôn giáo không có sự ăn năn.

Tại sao là sự tin tưởng hệ thống hầu hết hấp dẫn khi họ bảo vệ chúng ta từ thay đổi?

Chúng ta thường có xu hướng hướng đến những ý tưởng không hề thay đổi thói quen của mình đến mức nào? Augustine cảm thấy nhẹ nhõm.

Nhưng sự cứu tế là không cái như nhau BẰNG tự do.

TRÍ TUỆ SỰ VƯỢT TRỘI KHÔNG CÓ BÌNH AN NỘI TÂM

Trong một thời gian, Augustine cảm thấy hài lòng. Anh tin rằng mình đã tìm thấy điều gì đó *tốt* hơn niềm tin giản dị thời thơ ấu – điều gì đó tinh tế hơn, lý trí hơn, tiến bộ hơn.

Anh ta tranh luận Một
cách tự tin. Anh ấy đã
dạy cho người khác.

Anh ta cảm thấy Đã giác ngộ.

Chưa trong thâm tâm, cái bồn chồn vẫn tiếp diễn.

Cái niềm tin Anh ta được đón nhận có thể trả lời câu hỏi Về cái vũ trụ, Nhưng họ không thể dập tắt tiếng nói bên trong ông. Họ có thể giải thích cái ác, nhưng họ không thể... không chữa lành sự mong muốn. Họ có thể mô tả sự thật, Nhưng họ có thể không Tạo ra sự thay đổi.

Tại sao sự thấu hiểu không phải lúc nào cũng
mang lại sự chuyển đổi? Tại sao sự minh bạch
có thể cùng tồn tại với sự giam cầm?

Augustine bắt đầu ĐẾN giác quan cái mâu thuẫn—nhưng chống lại đặt tên Nó.

CÁI TRỊ GIÁ CỦA MỘT SỰ TIN TƯỞNG CÁI ĐÓ NHU CẦU KHÔNG CÓ GÌ

QUA THỜI GIAN, NỨT XUẤT HIỆN.

Cái các nhà lãnh đạo Augustine ngưỡng mộ có thể không trả lời cái sâu hơn câu hỏi anh ta hỏi. Sự tự tin của họ suy yếu dần dưới sự giám sát. Lời giải thích của họ nghe có vẻ thuyết phục. Nhưng sụp đổ khi bị ép.

Điều đáng lo ngại nhất là, hệ thống hứa hẹn giải phóng lại không tạo ra được anh ta. miễn phí.

Của anh ấy thói quen vẫn còn.

Của anh ấy bên trong xung
đột Ông ta vẫn còn đó. Ý chí
chia rẽ của ông ta vẫn còn
đó.

Và chậm, Augustine nhận ra thứ gì đó Đáng lo ngại:

Một hệ thống niềm tin không bao giờ thách thức ham muốn cuối cùng sẽ bảo vệ nó . Nó khả thi vì tôn giáo ĐẾN trở nên Một nơi trú ẩn vì Sự bất tuân?

Có thể sự tin tưởng trở nên Một đường của tránh né Chúa hơn là hơn gặp phải Anh ta?

MỘT CỦA MẸ SỰ TIN TƯỞNG VÀ MỘT CON TRAI SỨC CHỐNG CỰ

KHẮP NHỮNG CÁI NÀY NHIỀU NĂM, Monica đã xem.

Cô ấy làm không tranh luận cô ấy con
trai triết học. Cô ấy đã cầu nguyện.
Cô ấy khóc qua của anh ấy
Sự kiêu ngạo. Cô ấy tin
tưởng vào thời điểm của
Chúa.

Cô ấy đã từng là cảnh báo qua nhà thờ các nhà lãnh đạo không ĐẾN tranh cãi với anh ta Nhưng ĐẾN cho phép Chúa sẽ hành động. Và thế là bà chờ đợi—đau buồn, hy vọng, tin rằng Đức Chúa Trời, Đấng đã đánh dấu bà , sẽ hành động. cô ấy con trai sẽ không bỏ rơi anh ta ĐẾN Những lời nói dối nửa vời.

Cái gì làm sự tin tưởng Nhìn giống khi câu trả lời là
Bị trì hoãn? Vì sao? làm sự cầu thay tiếp tục khi thay
đổi là Chậm chạp ư? Monica tin vào điều mà
Augustine chưa thể chấp nhận: Chúa không bị đe dọa
bởi những con đường vòng.

CÁI CHẬM PHÂN RÃ CỦA SỰ CHẮC CHẮN SAI LẦM

SAU CÙNG, CÁI SỰ TIN TƯỞNG hệ thống Augustine đáng tin cậy bắt đầu ĐẾN Tan rã. Những lời hứa về sự thấu hiểu không còn thỏa mãn. Những nhà lãnh đạo mà ông ngưỡng mộ đã làm ông thất vọng. anh ta. Cái giải thích cái đó một lần ấn tượng anh ta cảm thấy gầy.

Và điều tồi tệ nhất là—sự trống rỗng lại
quay trở lại. Không phải vậy. đáng kể.
Kiên trì.
Augustine đã vượt ra khỏi nơi ẩn náu
của mình. Chân lý đang dần đến
gần.

CÂU HỎI CÁI ĐÓ BẮT ĐẦU ĐẾN ĐỐT

LÀM KHÔNG TRẢ LỜI NHỮNG CÁI NÀY chưa:

- Bạn đã chấp nhận những niềm tin nào vì chúng đòi hỏi rất ít sự thay đổi?
- Ở đâu có kiến thức đã thay thế vâng lời?
- Có Bạn bao giờ đã sử dụng thần học ĐẾN biện minh trì hoãn?
- Cái gì xảy ra khi cái hệ thống chúng tôi lòng tin bắt đầu ĐẾN thất bại?

Những cái này câu hỏi sẽ không rời khỏi Augustine một mình.
Họ sẽ lái xe anh ta theo hướng Một đối đầu Anh ta không thể tránh xa.

CÁI GÌ LÀ ĐANG TỚI KẾ TIẾP

AUGUSTINE LÀ VỀ ĐẾN bắt gặp:

- MỘT hình thức của Kitô giáo cái đó tham gia cái tâm trí không có bào chữa trái tim
- Giáo viên Ai kết hợp sự khiêm nhường với trí thông minh
- MỘT sự thật cái đó KHÔNG dài hơn cho phép anh ta

ĐẾN trốn phía sau các lập luận và khi sự thật trở thành không thể tránh khỏi, thứ gì đó phải đưa cho.

CÂU HỎI ĐẾN MANG PHÍA TRƯỚC

- Là của bạn sự tin tưởng đối đầu bạn—hoặc an ủi Bạn?
- Cái gì sẽ vâng lời trị giá Bạn Phải Hiện nay?
- Nếu như Chúa yêu cầu vì mọi thứ, sẽ Bạn trì hoãn—hoặc Năng suất?

CÁI HÀNH TRÌNH TIẾP TỤC.

CHƯƠNG BỐN

KHI SỰ THẬT ĐẾN GẦN VÀ Ý CHÍ CHỐNG LẠI

By cái thời gian Augustine đạt cái này mùa của của anh ấy mạng sống, **sự thiếu hiểu biết đã từng là Không còn là một lựa chọn nữa** .

Cái sự tin tưởng hệ thống cái đó một lần được che chắn anh ta có sụp đổ. Cái sự tự tin của họ ngỏ ý có bị xói mòn. Cái giải thích cái đó một lần ấn tượng anh ta Hiện nay Cảm giác trống rỗng. Những gì còn lại là một người đàn ông trần trụi—thông minh, thành đạt, được kính trọng, nhưng nội tâm đầy mâu thuẫn.

Sự thật đã từng là KHÔNG Xa hơn .

Nó đã từng là **gần đủ ĐẾN yêu cầu Một phản hồi** . Và sự gần gũi đó khiến anh ta cảm thấy bất an.

KHI LÝ DO BIỆN HỘ THUA CỦA HỌ QUYỀN LỰC

Augustine luôn tin rằng sự phản kháng xuất phát từ sự không chắc chắn. Nếu sự thật đủ rõ ràng, ông cho rằng sự vâng lời sẽ tự nhiên theo sau.

Nhưng Hiện nay sự rõ ràng có đã đến—và vâng lời có không.

Anh ta hiểu Kitô giáo tốt hơn hơn bao giờ trước. Anh ta có thể diễn đạt những tuyên bố của nó . Anh ta có thể phòng vệ của nó sự mạch lạc. Anh ta có thể thậm chí ngưỡng mộ của nó sắc đẹp.

Tuy nhiên, sự ngưỡng mộ không dẫn đến sự khuất phục. Tại sao? làm hiểu biết thất bại ĐẾN di chuyển cái sẽ?

Tại sao sự thật lại trở nên đáng sợ khi nó trở nên thuyết phục?

Augustine đã khám phá ra một điều đau đớn:
cái trở ngại đã từng là không cái tâm trí—nó đã từng là cái trái tim.

CÁI SỰ XUẤT HIỆN CỦA MỘT ĐÃ CHIA RA SẼ

Bên trong Augustine, hai khát vọng đấu tranh công khai.

Một trong hai. mong muốn Chúa - sự thánh thiện, sự trọn vẹn, nghỉ ngơi, sự thật. Điều mong muốn khác là sự kiểm soát—sự khoái lạc, sự quen thuộc, sự trì hoãn. Anh ta muốn tự do, Nhưng không Tại cái trị giá của thay đổi.

Ông muốn hòa bình, nhưng không phải với cái giá là sự kỷ luật. Ông muốn có Chúa, nhưng chưa hoàn toàn.

Cái này phân công kiệt sức anh ta.

Anh ta sau đó được mô tả Nó BẰNG hiện tại đã kéo TRONG đối diện hướng dẫn qua hai di chúc—một đang tăng lên theo hướng Chúa, cái khác bám víu ĐẾN thói quen.

Tại sao tâm hồn lại chống lại những gì nó biết sẽ chữa lành nó? Tại sao sự giam cầm đôi khi lại mang lại cảm giác an toàn hơn tự do?

MỘT SỰ TIN TƯỞNG CÁI ĐÓ HIỆN NAY CẢM THẤY KHÔNG THỂ TRÁNH KHỎI

Kitô giáo không còn là ký ức tuổi thơ hay một sự lựa chọn đạo đức nữa. Trước mắt Augustine, nó hiện hữu như một tầm nhìn toàn diện về thực tại—một tầm nhìn không chỉ giải thích thế giới mà còn cả những xung đột nội tâm của ông.

Nó gọi tên tội lỗi—không phải là sự ngu dốt, mà là tình yêu lệch lạc . được đặt tên ân điển—không phải BẰNG thông tin, Nhưng BẰNG quyền lực.

Nó được đặt tên đầu hàng—không phải BẰNG sự mất mát, Nhưng BẰNG Cuộc sống.

Và đó chính là vấn đề.

Kitô giáo làm không cho phép Augustine ĐẾN duy trì

Chia rẽ. Nó đòi hỏi tất cả mọi thứ từ anh ấy.

CÁI CẦU NGUYỆN CÁI ĐÓ TIẾT LỘ MỌI THỨ

Trong một trong những khoảnh khắc chân thật nhất của cuộc đời mình, Thánh Augustine đã cầu nguyện một lời bộc lộ sự căng thẳng bên trong ông.

Ông cầu xin Chúa ban cho
sự thanh khiết. Ông yêu
cầu Chúa vì sự thánh thiện.
Ông cầu xin Chúa biến đổi. Sau đó,
ông đưa ra thêm một điều kiện.
Không chưa.
Cái này đã từng là không sự chế nhạo.

Nó đã từng là nỗi sợ.

Anh ta tin rằng Chúa có thể thay đổi anh ta.

Anh ta đã từng là không Chắc chắn Anh ta muốn ĐẾN là đã thay đổi.

Làm sao nhiều lời cầu nguyện âm thanh thánh

Nhưng trốn do dự? Như thế nào ? thường LÀM

chúng tôi hỏi Chúa ĐẾN Hành động—chậm rãi, một

cách an toàn, Sau này ư? Của Augustine lời cầu

nguyện tiết lộ Gì trì hoãn thực sự là:

không lú lẫn, Nhưng sự miễn cưỡng.

CỦA CHÚA CHIẾN LƯỢC: ÁP LỰC KHÔNG CÓ LỰC LƯỢNG

CHÚA LÀM KHÔNG GHI ĐÈ của Augustine sẽ.

Thay vào đó, Ngài càng làm trầm trọng

thêm cuộc xung đột nội tâm. bồn chồn

lớn lên Sắc nét hơn.

Cái niềm vui bị mờ.

Cái sự xao nhãng suy yếu.

Chúa LOẠI BỎ cái an ủi từ trì hoãn không có loại bỏ Sự tự do của Augustine .

Tại sao Chúa lại cho phép sự căng thẳng thay vì giải cứu

ngay lập tức? Điều gì sẽ xảy ra nếu sự bất ổn là một phần

của lòng thương xót của Ngài?

Augustine đã từng là hiện tại bị dồn vào đường cùng—không phải qua mối đe dọa, Nhưng qua sự thật.

MỘT MẠNG SỐNG KHÔNG CÓ ẨN NÁU ĐỊA ĐIỂM

VÌ CÁI ĐẦU TIÊN THỜI GIAN, Augustine nhận ra Anh ta có hư không bên trái ĐẾN rút lui.

Triết lý có thất bại anh ta.

Tôn giáo không có sự ăn năn hối lỗi có thất vọng

Ông ta. Thành công vẫn chưa làm ông ta thỏa mãn.

Trì hoãn có không được bảo vệ anh ta.

Tất cả cái đó vẫn còn đã từng là Một câu hỏi Anh ta có thể KHÔNG dài hơn tránh xa:

Sẽ Bạn Năng
suất?

Không sau
cùng.

Không Một
ngày nào đó.

Hiện nay.

Và Augustine run rẩy.

CÂU HỎI CÁI ĐÓ PHẢI LÀ ĐƯỢC MANG THEO PHÍA TRƯỚC

LÀM KHÔNG GIẢI QUYẾT NHỮNG CÁI NÀY chưa:

- Cái gì sự thật là Bạn thuyết phục của Nhưng vẫn Chống cự?
- Ở đâu có sự rõ ràng tăng Nhưng lòng can đảm không Đã theo dõi?
- Cái gì sẽ đầy vâng lời trị giá Bạn?
- Là Bạn trì hoãn bởi vì Bạn nghi ngờ Chúa—hay bởi vì Bạn Sợ thay đổi?

Những cái này câu hỏi sẽ không rời khỏi Augustine một mình.
Họ là lái xe anh ta theo hướng Một chốc lát cái đó sẽ phá vỡ cái bế tắc.

CÁI GÌ LÀ ĐANG TỚI KẾ TIẾP

AUGUSTINE LÀ TIẾN ĐẾN Một khủng hoảng—không của sự tin tưởng, Nhưng của sẽ.

Sớm:

- Cái bên trong trận đánh sẽ với tới của nó đỉnh cao
- Chúa sẽ ngắt của anh ấy sức chống cự
- Kinh thánh sẽ đối mặt anh ta trực tiếp
- MỘT tiếng nói sẽ gọi anh ta ĐẾN chọn

Cái Kế tiếp chương sẽ đánh dấu **cái sụp đổ của trì hoãn** .

CHƯƠNG NĂM

HÃY LẤY VÀ ĐỌC: KHI SỰ KHÁNG CỰ SỤP ĐỔ

Augustine có đạt cái kết thúc của trì hoãn.

Không bởi vì của anh ấy câu hỏi đã từng đã trả lời, nhưng bởi vì của anh ấy lý do bào chữa đã từng kiệt sức.

Cuộc chiến nội tâm trong anh đã trở nên không thể chịu đựng nổi. Sự thật đè nặng từ một phía. Thói quen kéo anh ra từ phía khác. Ý chí của anh tan vỡ dưới sức nặng của sự hiểu biết. Gì ĐẾN LÀM Và hiện tại không thể ĐẾN LÀM Nó.

Anh ta làm không cảm thấy Anh hùng. Anh ấy cảm thấy **mình bị phơi bày** .

CÁI CHIẾN TRANH BÊN TRONG CÁI LINH HỒN

Augustine lui về một khu vườn—không phải để cầu nguyện trong tĩnh lặng, mà để vật lộn dữ dội với chính mình. Cảm xúc của ông dâng trào. Suy nghĩ của ông rối bời. Trái tim ông như vỡ vụn.

Ông ấy muốn có Chúa. Ông ấy muốn thay đổi.

Anh ta muốn Tự do.

Nhưng anh ta sợ mất mát.

Anh ấy khóc—không phải những giọt nước mắt hối hận, mà là những giọt nước mắt kiệt sức. Áp lực đè nặng . của phân công có đạt của nó giới hạn. Anh ta có thể KHÔNG dài hơn giả vờ cái đó sự chậm trễ là khôn ngoan. Anh ta có thể KHÔNG dài hơn giả vờ cái đó sức chống cự đã từng là sự an toàn.

Tại sao cảm giác đầu hàng lại giống như cái chết trước khi
nó giống như sự sống? Tại sao? làm vâng lời kinh hãi
chúng ta khi Nó lời hứa đang lành lại?

Augustine khóc ra ngoài—không với được đánh bóng lời cầu nguyện, Nhưn
với nguyên liệu thô sự tuyệt vọng.

CÁI CHỐC LÁT CHÚA BỊ GIÁN ĐOẠN

TRONG CÁI GIỮA CỦA CỦA ANH ẤY hỗn loạn, thứ gì đó không ngờ tới đã xảy ra.

Augustine đã nghe Một giọng nói. Không sấm sét.

Không học thuyết.

Không lý lẽ.

MỘT đơn giản giọng nói—giống như cái đó của Một trẻ em—gọi ngoài lặp đi lặp lại:

"Lấy Và đọc. Lấy Và đọc."

Tại Đầu tiên, Anh ta Đóng băng.

Anh ta có thể không nhớ lại bất kì những đứa trẻ chơi Gần đó. Cái tiếng nói làm không Nó tự giải thích. Nó không tranh luận. Nó không thuyết phục.

Nó đã ra lệnh.

Tại sao đôi khi Chúa lại phán mà không cần giải thích?

Điều gì sẽ xảy ra khi chân lý không còn cần phải thương lượng?

Augustine dừng lại khóc. Anh ta đứng. Anh ta đi ĐẾN Ở đâu cái Kinh thánh là được giữ lại.

KHI KINH THÁNH TRỞ THÀNH MỘT PHÁN QUYẾT

ANH TA ĐÃ MỞ CÁI SÁCH—KHÔNG PHẢI ngẫu nhiên, Nhưng khẩn cấp.

Của anh ấy mắt rơi trên từ cái đó cảm thấy ít hơn giống chỉ dẫn Và hơn Giống như sự phán xét—không phải sự lên án, mà là sự sáng suốt.

Cái đoạn văn đã nói trực tiếp ĐẾN của anh ấy tình trạng. Nó được đặt tên của anh ấy đấu tranh. Nó đã phơi bày của anh ấy trì hoãn. Nó đối mặt của anh ấy thói quen. Nó ngỏ ý KHÔNG thỏa hiệp.

Và TRONG cái đó chốc lát, thứ gì đó bên trong anh ta bị hỏng. Không dần dần.

Không Một

cách lịch sự.

Hoàn toàn.

Ý chí chia rẽ đã sụp đổ. Sự kháng cự mất đi sức mạnh. Cuộc chiến trường kỳ đã kết thúc—không phải vì Augustine cuối cùng đã trở nên mạnh mẽ, mà vì **ân điển đã chiến thắng. của anh ấy điểm yếu** .

Điều gì sẽ xảy ra khi Lời Chúa không còn chỉ mang tính chất cung cấp thông tin mà bắt đầu biến đổi?

Tại sao làm Kinh thánh đánh đập sâu nhất khi cái trái tim là sẵn sàng Đ Năng suất?

CÁI KẾT THÚC CỦA "KHÔNG CHƯA"

AUGUSTINE LÀM KHÔNG CẢM THẤY Pháo hoa.

Anh ta cảm thấy giải phóng.

Cái căng thẳng cái đó có bị hành hạ anh ta đã hòa tan. Cái chuỗi Anh ta sợ hãi ĐẾN Sự mất mát đã biến mất. Sự vâng lời mà ông ta sợ hãi đã trở nên khả thi—không phải nhờ nỗ lực, mà nhờ... đầu hàng.

Anh ta làm không tranh cãi
không còn nữa. Anh ấy làm
không trì hoãn không còn
nữa.

Anh ta làm không thương lượng
không còn nữa. Anh ấy đã
nhượng bộ.

Và khi buông xuôi, anh ấy đã tìm thấy điều mình luôn theo
đuổi: Sự nghỉ ngơi.

KHI DUYÊN DÁNG CUỐI CÙNG CÓ TRUY CẬP

Về sau, Augustine mô tả khoảnh khắc này không phải là sự mất mát, mà là sự giác ngộ. Nó đã từng là BẰNG mặc dù ánh sáng bị ngập lụt Một tối màu phòng—không dần dần, nhưng Ngay lập tức.

Của anh ấy mong
muốn Đã sắp xếp lại. Ý
chí của Ngài đã được
điều chỉnh.

Của anh ấy trái tim đã nghỉ ngơi.

Ân điển không chỉ tha thứ cho
anh ta, mà còn **giải phóng** anh
ta.

Tại sao ân điển lại đòi hỏi sự đầu hàng trước khi ta cảm
nhận được đó là ân điển? Tại sao Chúa lại chờ đợi cho
đến khi ý chí khuất phục?

Những cái này câu trả lời sẽ mở ra TRONG của Augustine cuộc sống—nhưng cái phán quyết đã từng là cuối cùng.

CÂU HỎI CÁI ĐÓ ĐÁNH DẤU CÁI QUAY ĐIỂM

NGỒI VỚI NHỮNG CÁI NÀY:

- Cái gì là Chúa hỏi Bạn ĐẾN dừng lại Trì hoãn?
- Cái gì "không chưa" có trở nên Sự bất tuân?
- Cái gì sẽ sụp đổ TRONG của bạn mạng sống nếu như Bạn đã mang lại Hoàn toàn?
- Là Bạn sẵn sàng ĐẾN tuân theo không có hiểu biết mọi thứ?

Augustine làm không hiểu mọi thứ. Anh ấy đã tuân lệnh.

CÁI GÌ LÀ ĐANG TỚI KẾ TIẾP

CHUYỂN ĐỔI ĐÃ TỪNG LÀ KHÔNG cái kết thúc của của Augustine hành trình.

Nó đã từng là cái bắt đầu của:

- Từ bỏ
- Công cộng vâng lời
- Đắt đỏ sự khiêm nhường
- Suốt đời sự hình thành

Cái Kế tiếp chương sẽ trình diễn chúng ta Gì xảy ra **sau đó đầu hàng** , khi ân điển bắt đầu ĐẾN định hình lại Một mạng sống TRONG công cộng xem.

CHƯƠNG SÁU

CHÔN VÙI VÀ ĐƯỢC HỒI SINH: SỰ VÂNG PHỤC SAU KHỦNG HOẢNG

Surrender kết thúc cái chiến tranh.

Nhưng Nó bắt đầu cái công việc.

Augustine thức dậy sáng hôm sau không phải với tư cách là một con người hoàn thiện. Ân điển đã sắp xếp lại mọi thứ. của anh ấy trái tim, Nhưng của anh ấy mạng sống vẫn cần thiết ĐẾN là đã được tái cấu trúc. Cái chuỗi đã rơi xuống, chưa cái thói quen có ĐẾN là không được học hành bài bản. Cái sẽ có đã mang lại, Nhưng Sự vâng lời giờ đây phải được thể hiện qua hành động.

Chuyển đổi đã từng là không MỘT xúc động đỉnh cao—nó đã từng là M **hướng thay đổi** .

CÁI IM LẶNG SAU ĐÓ CÁI BÃO

SAU CUỘC KHỦNG HOẢNG trong vườn, Augustine đã trải nghiệm một điều lạ lẫm: im lặng. Không sự trống rỗng, Nhưng hòa bình. Không lú lẫn, Nhưng sự rõ ràng. Giọng nói cái đó có một lần lập luận ở trong anh ta KHÔNG dài hơn đã thi đấu.

Cái này điềm tĩnh đã từng
là không Mong manh. Nó
đã được neo giữ.
Chưa hòa bình làm không xóa trách nhiệm.
Tại sao Chúa ban sự chắc chắn trước khi giao nhiệm
vụ? Tại sao sự nghỉ ngơi đến trước khi sắp xếp lại
trật tự?

Augustine sẽ sớm nhận ra rằng ân điển không thúc đẩy sự biến đổi mà nó **gieo mầm cho sự biến đổi đó** .

TỪ BỎ ĐỨC TIN TRƯỚC DANH TIẾNG

MỘT CỦA CỦA AUGUSTINE Đầu tiên hành động của vâng lời đã từng là không công cộng Ông không chỉ thuyết giảng mà còn từ bỏ những tham vọng cá nhân. Ông đã từ bỏ những tham vọng từng định hình nên con người ông. anh ta. Anh ta nới lỏng của anh ấy va li TRÊN mối quan hệ cái đó có thể không cùng tồn tại với lòng trung thành mới của mình.

Đây không phải là những quyết định nhỏ. Chúng tốn kém, không thể đảo ngược và bị hiểu lầm.

Anh ta làm không biện
minh chính anh ta. Anh ấy
làm không giải thích chính
anh ta. Anh ấy đã tuân
lệnh.

Sự vâng lời sẽ như thế nào khi không ai vỗ tay tán
thưởng? Làm thế nào ? LÀM chúng tôi cho phép đi
của tương lai chúng tôi một lần Đã lên kế hoạch?
Augustine đã chọn sự trung thành qua sự quen thuộc.

ĐƯỢC CHÔN VÙI VÀ NÂNG LÊN

BÁP TÍNH ĐÃ THEO DÕI—KHÔNG BẰNG nghi thức, Nhưng BẰNG tuyên ngôn. Nó được đánh dấu công chúng chôn cất của cái cũ mạng sống Và cái sự xuất hiện của Một mới một.

Augustine làm không đối xử phép rửa tội BẰNG biểu tượng một mình. An ta hiểu Nó Như một sự tham gia—cái chết cùng với Chúa Kitô, sự sống trong Chúa Kitô, và trách nhiệm giải trình trước Chúa Kitô.

Anh ta đã từng là KHÔNG dài hơn của anh ấy sở hữu.

Tại sao làm vâng lời thường yêu cầu công cộng nhân chứng?

Cái gì xảy ra khi sự tin tưởng di chuyển từ riêng tư kết án ĐẾN Sự cam kết rõ ràng ?

Lễ rửa tội của Augustine không hoàn tất sự biến đổi của
ông. Nó **để lộ ra Nó ĐẾN cái thế giới** .

MỘT MỚI MỐI QUAN HỆ VỚI SỰ MONG MUỐN

Ân điển không xóa bỏ khả năng khao khát của Augustine. Nó đã định hướng lại... Nó.

Nơi mà dục vọng từng thống trị anh, giờ đây nó phục vụ cho một tình yêu cao cả hơn. Nơi mà khoái lạc từng ngự trị, mục đích sống đã xuất hiện. Nơi mà thói quen từng chi phối, kỷ luật bắt đầu hình thành.

Đây không phải là sự hoàn hảo
tức thì. Đó là tình cảm được
sắp xếp lại.

Tại sao làm Chúa biến đổi sự mong muốn hơn là hơn hủy hoại Nó?

Nếu sự thánh thiện không phải là sự vắng mặt của khát vọng, mà là sự sắp xếp đúng đắn của tình yêu thì sao?

Những cái này câu hỏi sẽ định nghĩa của Augustine thần học—và của anh ấy mạng sống.

VÂNG LỜI KHÔNG CÓ MỘT Lộ trình

AUGUSTINE LÀM KHÔNG CHƯA biết Gì của anh ấy tương lai cầm. Anh ta làm không Ông biết rằng mình sẽ trở thành một giám mục, một nhà thần học, một người thầy cho nhiều thế hệ. Ông chỉ biết rằng mình thuộc về Chúa.

Và cái đó đã từng là đủ.

Tại sao làm Chúa tiết lộ phương hướng chỉ một sau đó Đầu hàng?

Tại sao sự sáng suốt thường đến sau sự vâng lời chứ không
phải trước đó? Thánh Augustine đã học được điều mà tất cả
các môn đệ đều phải học:
vâng lời đến Đầu tiên; hiểu biết Tiếp theo.

CÂU HỎI VÌ CÁI HÀNH TRÌNH PHÍA TRƯỚC

LÀM KHÔNG CÂY BẤC NHỮNG CÁI NÀY:

- Cái gì có duyên dáng được giải phóng Bạn từ cái đó vẫn yêu cầu kỷ luật
- Cái gì tham vọng phải là từ bỏ ĐẾN theo Chúa Kitô Hoàn toàn?
- Ở đâu là Chúa gọi vì công cộng vâng lời?
- Là Bạn sẵn sàng ĐẾN tuân theo không có biết cái Kết quả?

Những cái này câu hỏi sẽ bề mặt lại khắp cái 40 ngày hành trình.

CÁI GÌ LÀ ĐANG TỚI KẾ TIẾP

Cuộc đời của Augustine sắp chuyển từ giai đoạn hình thành cá nhân sang trác nhiệm cộng đồng.

Cái Kế tiếp chương sẽ tiết lộ:

- MỘT gọi Augustine làm không tìm kiếm
- Thẩm quyền Anh ta làm không sự mong muốn
- MỘT vai trò cái đó yêu cầu sự khiêm nhường, không tham vọng

Duyên dáng sẽ Hiện nay hình dạng anh ta không chỉ BẰNG Một người tin tưởng, Nhưng BẰNG Một **người hầu của người khác** .

CHƯƠNG BẢY

ĐƯỢC GỌI MÀ KHÔNG CẦN HỎI: KHI CHÚA NGẮT CỦA CHÚNG TÔI KẾ HOẠCH

A Augustine làm không hỏi ĐẾN chỉ huy.

Ông đã hiến dâng cuộc đời mình, chứ không phải tình nguyện để được nổi bật. Ông mong muốn im lặng vâng lời, không công cộng trách nhiệm. Sau đó năm của tham vọng, anh ấy khao khát vì sự che giấu—cho học hỏi, vì kỷ luật, vì Một sự tin tưởng thực hành xa khỏi tiếng vỗ tay.

Nhưng Chúa có khác kế hoạch.

Và họ tới nơi không có tham vấn.

KHI CHÚA CUỘC GỌI CÁI GÌ CHÚNG TÔI LÀM KHÔNG LỜI ĐỀ NGHỊ

AUGUSTINE DỰ ĐỊNH ĐẾN sống Một mạng sống của chu đáo sự tận tâm. Anh ta Ông tìm kiếm sự gắn kết cộng đồng, Kinh Thánh, cầu nguyện và suy ngẫm có kỷ luật. Ông bằng lòng với việc trưởng thành chậm rãi, kín đáo và trung thành.

Sau đó cái Nhà thờ đã nhận
thấy Chính con người anh ấy.
Chứ không phải là sự tỏa sáng
trong quá khứ.
Không của anh ấy tham vọng trước đây .
Nhưng cái cân nặng của duyên dáng Hiện nay nghỉ ngơi TRÊN anh ta.
Trong một buổi nhóm họp của các tín hữu, giữa bầu không khí kỳ vọng và

nhu cầu, Augustine đã được kêu gọi công khai bước vào chức vụ mục sư. Lời kêu gọi đến đột ngột. Khoảnh khắc ấy thật choáng ngợp. Cái trách nhiệm đã từng là không thể tránh khỏi.

> Tại sao làm Chúa thường gọi chúng ta Ở đâu chúng tôi cảm thấy ít nhất đã chuẩn bị chưa? Tại sao? làm Anh ta ủy thác thẩm quyền ĐẾN những thứ kia Ai LÀM không tìm kiếm Nó ư? Augustine chống lại—không ngoài của nổi loạn, Nhưng ngoài của nỗi sợ.

CÁI KHIÊM TỐN CÁI ĐÓ ĐẾN SAU ĐÓ ĐẦU HÀNG

CÁI NÀY GỌI ĐIỆN LÀM KHÔNG nịnh hót Augustine.

Nó kinh hãi anh ta.

Anh ta khóc công khai—không từ SAI sự khiêm tốn, Nhưng từ Một sâu nhận thức về điểm yếu. Ông hiểu những gì mà một người lãnh đạo cần có. Ông biết cái giá phải trả để dẫn dắt. linh hồn khi của một người sở hữu linh hồn có chỉ một gần đây là Đã lành.

Chưa cái gọi vẫn còn.

Chúa không yêu cầu Augustine dựa vào sức mạnh của chính mình. Ngài yêu cầu ông dựa vào ân điển của Chúa.

Cái gì nếu như sự miễn cưỡng là không Một truất quyền thi đấu, Nhưng Chuẩn bị gì? Cái gì? nếu như nỗi sợ tiết lộ mức độ nghiêm trọng hơn là hơn sự thất bại?

MỘT MỚI LOẠI CỦA THẨM QUYỀN

CỦA AUGUSTINE THẨM QUYỀN làm không đến từ sự tự tin.

Nó đã đến từ Lời thú tội.

Ông không lãnh đạo như một người đã chế ngự được cám dỗ, mà như một người đã... là được giải cứu từ Nó. Anh ta làm không dạy bảo BẰNG một bên trên đấu tranh, Nhưng BẰNG một người quen thuộc với nó.

Của anh ấy quá khứ—một lần Một nguồn của xấu hổ—trở thành Một dụng cụ của Bộ. Tại sao làm Chúa tái sử dụng Gì chúng tôi ước Anh ta sẽ xóa?

Làm sao làm duyên dáng biến đổi vết thương vào trong khôn ngoan?

Augustine đã học được cái đó Khả năng lãnh đạo TRONG Chúa Kitô vương quốc là không độ cao—đó là phơi bày.

CÁI CÁI CHẾT CỦA TỰ ĐỊNH HƯỚNG

CHẤP NHẬN CÁI GỌI có nghĩa là đầu hàng điều khiển lại.

của Augustine thời gian đã từng là KHÔNG dài hơn của anh ấy sở hữu. C anh ấy từ mang theo cân nặng. Của anh ấy cuộc sống trở nên dễ thấy. Của anh ấy vâng lời Hiện nay ảnh hưởng người khác.

Đây không phải là sự tự do mà anh từng
tưởng tượng. Nó còn sâu sắc hơn thế.
Điều gì sẽ xảy ra khi sự vâng lời của chúng ta bắt đầu định
hình cuộc sống của người khác ? chúng tôi sẵn sàng ĐẾN là
chịu trách nhiệm vì cái hoa quả chúng tôi con gấu?
Duyên dáng có không chỉ một đã lưu Augustine—nó có nhập ngũ anh ta.

CÁI TRỊ GIÁ CỦA HIỆN TẠI ĐỌC QUA TẤT CẢ

BẰNG AUGUSTINE BẬC THANG vào trong công cộng Bộ, Anh ta trở thà Gì Kinh thánh mô tả: Một cuộc sống thư, được biết đến Và đọc qua tất cả.

Hành vi của ông ấy rất
quan trọng. Cách giảng
dạy của ông ấy rất quan
trọng. Ông ấy... sự ăn
năn hối lỗi có ý nghĩa.
Ở đó đã từng là KHÔNG trở lại ĐẾN ẩn danh.
Tại sao làm Chúa phơi ra Gì Anh ta Đổi thưởng?
Tại sao làm Khả năng lãnh đạo yêu cầu khả năng hiển thị hơn là hơn sự riêr tư?

Augustine bắt đầu ĐẾN hiểu cái đó Chúa viết Của anh ấy rõ ràng nhất ti nhắn khi đầu hàng cuộc sống.

CÂU HỎI VÌ CÁI ĐƯỜNG PHÍA TRƯỚC

NGỒI VỚI NHỮNG CÁI NÀY:

- Ở đâu có thể Chúa là gọi Bạn vượt ra của bạn an ủi?

- Cái gì trách nhiệm có Bạn chống lại bởi vì của nỗi sợ?
- Là Bạn sẵn sàng ĐẾN phục vụ Ở đâu Bạn làm không kế hoạch?
- Làm sao có thể của bạn quá khứ trở nên Một nền tảng vì duyên dáng?

Những cái này câu hỏi sẽ làm sâu sắc thêm BẰNG của Augustine ảnh hưởng phát triển.

CÁI GÌ LÀ ĐANG TỚI KẾ TIẾP

CỦA AUGUSTINE MẠNG SỐNG LÀ Về ĐẾN mở rộng vượt ra địa phươn bộ vào trong Ảnh hưởng lâu dài .

Cái Kế tiếp chương sẽ khám phá:

- Cái cân nặng của tâm linh thẩm quyền
- Cái sự nguy hiểm của kiêu hãnh sau đó gọi
- Cái kỷ luật yêu cầu ĐẾN duy trì khiêm tốn trong khi có ảnh hưởng

Duyên dáng sẽ Hiện nay hình dạng Augustine không chỉ một BẰNG Một ngu hầu—nhưng BẰNG Một **người chăn cừu** .

CHƯƠNG TÁM

CÁI CÂN NẶNG CỦA ẢNH HƯỞNG VÀ CÁC KỶ LUẬT CỦA KHIÊM TỐN

I ảnh hưởng tới nơi một cách lặng lẽ.

Ở đó đã từng KHÔNG kèn trumpet.

KHÔNG Nổi tiếng bất ngờ .

KHÔNG kịch độ cao.

Nhưng Augustine cảm thấy cái sự thay đổi.

Giờ đây, mọi người lắng nghe theo một cách khác. Họ quan sát kỹ hơn. Họ nhắc lại lời ông nói. Họ tìm kiếm lời khuyên của ông. Những niềm tin riêng tư của ông đang trở thành những quan điểm chung của xã hội.

Duyên dáng có đặt cân nặng TRÊN của anh ấy mạng sống.

Và cân nặng, nếu như không mang theo Đúng vậy, Có thể người mình thích Gì Nó nâng cao.

KHI ẢNH HƯỞNG KIỂM TRA CÁI LINH HỒN

AUGUSTINE ĐÃ HIỂU thứ gì đó nhiều không bao giờ học hỏi cho đến khi Nó là Quá muộn rồi: ảnh hưởng là không Một phần thưởng—nó là Một trách nhiệm.

Trước đây anh ta từng theo đuổi sự công nhận. Giờ đây, sự công nhận lại tìm đến anh ta. Và cả sự nguy hiểm nữa. đã từng là tinh tế. Kiêu hãnh làm không luôn luôn thông báo chính nó lớn tiếng. Thỉnh thoảng Nó xuất hiện dưới vỏ bọc hữu ích.

Mọi người khen ngợi sự
sáng suốt của ông. Họ
ngưỡng mộ sự rõ ràng trong

lời nói của ông. Họ nghiêng
TRÊN của anh ấy Khả năng
lãnh đạo.

Và Augustine cảm thấy cái cám dỗ—không phải ĐẾN tội lỗi một cách côn khai, Nhưng ĐẾN lòng tin anh ta lặng lẽ.

Tại sao là kiêu hãnh hầu hết nguy hiểm sau đó Đầu hàng?

Làm sao làm tính hữu ích trở nên Một chăn nuôi đất vì Tự lực cánh sinh?

Augustine đã hiểu được cái giá phải trả của sự
xá tội. Giờ đây Anh ta có ĐẾN học hỏi cái trị
giá của sự ngưỡng mộ.

CÁI HẰNG NGÀY CÔNG VIỆC CỦA Ở LẠI THẤP

Augustine không cho rằng một hành động đầu hàng duy nhất sẽ đảm bảo sự an toàn suốt đời. sự khiêm nhường. Anh ta hiểu cái nhân loại trái tim cũng vậy Tốt vì cái đó.

Vì vậy, ông ấy rèn luyện
kỷ luật, không phải như
một hình phạt.
BẰNG sự bảo vệ.

Mỗi ngày ông đều trở về với Chúa để cầu nguyện—không phải để chuẩn bị bài giảng, mà để luôn phụ thuộc vào Ngài. Ông nghiên cứu Kinh Thánh—không phải để gây ấn tượng với người nghe, mà để tự soi xét bản thân. Ông thú nhận những yếu điểm của mình—không phải để tỏ ra khiêm nhường, mà để giữ vững sự trung thực.

Tại sao làm tâm linh sự phát triển yêu cầu sự lặp lại hơn là hơn Sự
thật được hé lộ? Tại sao sự khiêm nhường phải được thực hành
chứ không phải là điều hiển nhiên?

Augustine đã chọn cách sống ẩn dật trước mặt Chúa để có thể tồn tại trước sự chú ý của công chúng.

GIẢNG DẠY TỪ SẸO, KHÔNG BỆ ĐỠ

CÁI GÌ BỘ AUGUSTINE riêng biệt đã từng là không của anh ấy sự xuất sắc, Nhưng của anh ấy sự trung thực.

Ông không giảng dạy như một người
vượt lên trên cám dỗ. Ông giảng dạy như
một người được cứu thoát khỏi cám dỗ.

Của anh ấy quá khứ làm không loại bỏ anh ấy—nó kỷ luật anh ta. Anh ta được ghi nhớ Ông hiểu quá rõ những gì mà chế độ tự trị mang lại. Ông cũng nhớ quá rõ cái giá phải trả của sự chậm trễ.

Vì vậy, ông dạy về sự duyên dáng
một cách trang trọng. Về chân lý
một cách dịu dàng.
Sửa lỗi với lòng thương cảm.
Tại sao Chúa lại trao quyền cho những người luôn nhớ đến sự yếu đuối của mình? Bằng cách nào? làm ký ức trở nên Một sự bảo vệ chống lại kiêu hãnh?
của Augustine sẹo trở thành ranh giới.

KHI CÁI NHÀ THỜ TRỞ THÀNH MỘT GƯƠNG

KHẢ NĂNG LÃNH ĐẠO ĐÃ KHIẾN Augustine không chỉ nhận được sự ngưỡng mộ mà còn cả sự chỉ trích. Lời nói của ông được cân nhắc kỹ lưỡng. Hành động của ông được phân tích. Động cơ của ông bị đặt dấu hỏi.

Cái này khả năng hiển thị tinh chế anh ta.
Anh ta không thể sống buông thả
được nữa. Anh ta có thể KHÔNG
dài hơn nói chuyện Một cách lỏng
lẻo. Anh ta không thể trốn tránh
được nữa.

Thay vì oán giận áp lực này, Augustine đã đón nhận nó như một ân huệ.

Tại sao? làm Chúa cho phép các nhà lãnh đạo ĐẾN là đã xem Vì thế rõ ràng?

Cái gì nếu như trách nhiệm giải trình là duyên dáng TRONG cải trang?

Augustine đã học được cái đó Chúa thường bảo quản sự khiêm nhường qua từ chối sự riêng tư.

CÁI DÀI CÔNG VIỆC CỦA HIỆN TẠI ĐƯỢC HÌNH THÀNH TRONG KHI HÌNH THÀNH NGƯỜI KHÁC

Khi Augustine chăn dắt những người khác, ông đã phát hiện ra một nghịch lý: dạy dỗ chân lý sâu hơn của anh ấy nhu cầu vì Nó. Dẫn đầu người khác vào trong vâng lời tiết lộ những lĩnh vực mà anh ấy vẫn cần sự khoan dung.

Anh ta đã từng là
không Xong rồi.
Anh ta đã bị lợi
dụng.

Và việc được sử dụng không có nghĩa là nó đã
hoàn thiện. Tại sao? làm Chúa gọi chúng ta ĐẾN
phục vụ trước chúng tôi cảm thấy sẵn sàng?

Tại sao quá trình hình thành vẫn tiếp diễn ngay cả khi tầm
ảnh hưởng ngày càng lớn mạnh? Augustine đã học cách

lãnh đạo khi còn là một người học trò.

CÂU HỎI CÁI ĐÓ HÌNH DẠNG CÁI NĂM PHÍA TRƯỚC

MANG NHỮNG CÁI NÀY PHÍA TRƯỚC:

- Làm sao LÀM Bạn bảo vệ sự khiêm nhường khi Chúa tăng lên của bạ ảnh hưởng?
- Cái gì các ngành bảo vệ của bạn sự phụ thuộc TRÊN Chúa?
- Là Bạn sẵn sàng ĐẾN là được biết đến BẰNG Tốt BẰNG đã sử dụng?
- LÀM Bạn trở lại ĐẾN Chúa BẰNG sâu sắc BẰNG người khác đến ĐẾ Bạn?

Những cái này câu hỏi sẽ định nghĩa của Augustine còn lại hành trình.

CÁI GÌ LÀ ĐANG TỚI KẾ TIẾP

CỦA AUGUSTINE ẢNH HƯỞNG là Về ĐẾN mở rộng vượt ra của anh ấy cộng đồng lân cận .

Cái Kế tiếp chương sẽ khám phá:

- Cái gánh nặng của giáo lý trách nhiệm
- Cái thử thách của canh gác sự thật với yêu
- Cái trị giá của đứng vững chãi không có trở thành thô ráp

Duyên dáng sẽ Hiện nay hình dạng Augustine BẰNG Một **hậu vệ của sự thật Và Một người chăn cừu của linh hồn** .

CHƯƠNG CHÍN

BẢO VỆ ĐỨC TIN MÀ KHÔNG ĐÁNH MẤT CÁI TRÁI TIM

TRuth có cân nặng.

Khi Augustine bắt đầu có tầm ảnh hưởng, ông nhận ra rằng chân lý không chỉ là điều để sống mà còn là điều cần phải **bảo vệ** . Ý tưởng rất quan trọng. Việc giảng dạy hình dạng linh hồn. Lỗi làm không duy trì về mặt lý thuyết; Nó sản xuất hoa quả trong thực tế cuộc sống.

Và không tất cả hoa quả đã từng là Tốt.

KHI LỖI NHU CẦU PHẢN ỨNG

AUGUSTINE SỐNG TRONG Một thời gian khi cạnh tranh những lời dạy lây lan Nhanh chóng, tự tin và thuyết phục. Một số nghe có vẻ thiêng liêng. Một số nghe có vẻ đầy lòng thương cảm. Một số nghe có vẻ thông thái hơn người. Nhiều người mượn ngôn ngữ Cơ đốc giáo nhưng lại làm mất đi sức mạnh vốn có của nó.

Im lặng đã từng là không MỘT lựa chọn.

ĐẾN duy trì im lặng sẽ có là dễ dàng

hơn. Để duy trì đồng ý sẽ có là An toàn

hơn.

Nhưng tình yêu thương con người đòi hỏi sự rõ

ràng, chứ không phải sự thoải mái. Tại sao? làm sự

thật sau cùng yêu cầu Đối đầu? Khi nào sự khoan

dung trở thành sự thờ ơ?

Augustine đã học được cái đó canh gác cái sự tin tưởng đã từng là không sự kiêu ngạo—nó Đó là trách nhiệm.

CÁI SỰ NGUY HIỂM TRÊN CẢ HAI CÁC MẶT

Tuy nhiên, Augustine cũng hiểu ra một điều nguy hiểm: Nó là khả thi ĐẾN phòng vệ sự thật Và thua yêu.

Sự sửa sai có thể biến thành kiêu ngạo. Niềm tin có thể trở thành sự tàn nhẫn. Chủ nghĩa chính thống có thể tồn tại song song với một trái tim lạnh lùng.

Và Thánh Augustine đã chứng kiến điều đó xảy ra.

Anh ta có một lần là TRÊN cái nhận được kết thúc của thô ráp sự chắc chắn—sự thật Lời nói thiếu kiên nhẫn, sự thuyết phục được truyền đạt thiếu tế nhị. Ông nhớ rằng tranh luận có thể dễ dàng gây tổn thương hơn là hàn gắn.

Vì thế Anh ta đi bộ cẩn thận.

Làm thế nào để chúng ta tranh luận mà không trở nên đối đầu? Làm thế nào để chúng ta sửa chữa mà không gây tổn hại?

SỰ THẬT BẰNG MỘT HÌNH THỨC CỦA DỊCH VỤ

AUGUSTINE ĐÃ ĐƯỢC ĐỊNH HÌNH LẠI cái nhiệm vụ.

Việc bảo vệ đức tin không phải là để thắng trong các cuộc tranh luận . đã từng là Về **phục vụ linh hồn** .

Sự thật đã từng là không Một vũ khí ĐẾN chứng minh Sự vượt trội. Đó là phương thuốc để phục hồi sức khỏe.

Cái này đã thay đổi Làm sao Anh ta Cách ông ấy nói. Cách ông ấy viết.

Làm sao Anh ta đối mặt lỗi.

Anh ta chống lại cái cám dỗ ĐẾN làm nhục đối thủ. Anh ta bị từ chối ĐẾN Ông ấy biến con người thành những vị trí. Ông nhớ rằng đằng sau mỗi ý tưởng sai lầm đều ẩn chứa một con người. trái tim hình dạng qua nỗi sợ, lú lẫn, hoặc kiêu hãnh.

Nếu mục tiêu của việc sửa lỗi là khôi phục, chứ không phải là thống trị thì sao ? nếu như yêu là không cái đối diện của sự thật, Nhưng của nó thích hợp vận chuyển?

CÁI RIÊNG TƯ TRỊ GIÁ CỦA ĐỨNG VỮNG CHÃI

SỰ RÕ RÀNG ĐƯỢC MỜI PHE ĐỐI LẬP.

Augustine từng bị chỉ trích. Bị hiểu lầm. Bị thách thức. Đôi khi bị xuyên tạc. Đứng vì sự thật trị giá anh ta hòa bình, danh tiếng, Và xoa dịu.

Nhưng thỏa hiệp sẽ có trị giá hơn.

Tại sao làm vâng lời thường mang đến xung đột hơn là hơn
Bình tĩnh? Yêu thương người khác đến mức chấp nhận rủi ro
bị ghét bỏ nghĩa là gì?

Augustine được chấp nhận cái chi phí—không BẰNG sự tử đạo, Nhưng BẰNG quản lý.

KHIÊM TỐN DƯỚI NGỌN LỬA

Ngay cả khi bảo vệ chân lý, Augustine vẫn luôn ý thức được sự sai sót của chính mình. Ông xem xét động cơ của bản thân. Ông đọc lại Kinh Thánh. Ông hoan nghênh sự góp ý.

Ông hiểu quá rõ sự nguy hiểm của việc cho rằng đúng đồng nghĩa với chính trực.

Tại sao những người bảo vệ chân lý phải luôn là người
học trò của ân điển? Làm thế nào sự khiêm nhường
giúp duy trì quyền uy?

của Augustine tư thế quan trọng BẰNG nhiều BẰNG của anh ấy chức vụ.

CÁI CHẬM SỰ HÌNH THÀNH CỦA MỘT GIÁO VIÊN

QUA THỜI GIAN, AUGUSTINE trở thành được biết đến không chỉ vì sự rõ ràng, Nhưng Để đạt được sự cân bằng. Ông kết hợp sự kiên định với lòng trắc ẩn, niềm tin vững chắc với sự kiên nhẫn, uy quyền với sự khiêm nhường.

Lời nói của ông có sức nặng bởi vì cuộc đời ông thấm
đẫm sự kiềm chế. Ông đã học được chân lý đó mà không
cần đến những vết thương tình yêu.

Nhưng yêu không có sự thật gây hiểu lầm.

Cái gọi đã từng là không ĐẾN chọn giữa họ—nhưng ĐẾN **giữ cả hai trung thành** .

CÂU HỎI CÁI ĐÓ KÉO DÀI CÁI LINH HỒN

MANG NHỮNG CÁI NÀY VỚI BẠN:

- Làm sao LÀM Bạn trả lời khi sự thật yêu cầu Đối đầu?
- Ở đâu có thể kết án là đông cứng vào trong kiêu hãnh?
- Là Bạn hơn lo âu với hiện tại Phải hoặc hiện tại mang tính cứu chuộc?
- Cái gì sẽ Nó trị giá Bạn ĐẾN đứng vững chãi TRONG yêu?

Những cái này câu hỏi sẽ tiếng vọng bởi vì cái sự sùng kính hành trình phía trước.

CÁI GÌ LÀ ĐANG TỚI KẾ TIẾP

CỦA AUGUSTINE ẢNH HƯỞNG là đang mở rộng, Và Vì thế là cái cân nặng Anh ta mang theo.

Cái Kế tiếp chương sẽ khám phá:

- Sự đau khổ cái đó làm không rời khỏi
- Câu hỏi cái đó sự tin tưởng làm không nhanh trả lời
- Tin tưởng Chúa khi vâng lời làm không di dời nỗi đau

Ân điển giờ đây sẽ định hình Augustine theo một cách sâu sắc hơn—không ph thông qua chiến thắng, mà thông qua… sức bền.

CHƯƠNG MƯỜI

KHI SỰ TIN TƯỞNG LÀM KHÔNG LOẠI BỎ CƠN ĐAU

O sự ngoan ngoãn làm không cách nhiệt Augustine từ nỗi buồn. Nếu như bất cứ điều gì, Nó **đã được làm rõ Nó** .

Qua cái này mùa của của anh ấy mạng sống, Augustine có đầu hàng tham vọng, Ông đón nhận sứ mệnh của mình, gìn giữ chân lý và chấp nhận trách nhiệm. Niềm tin của ông không còn chỉ là lý thuyết suông nữa. Nó đã từng là đã được kiểm tra, dễ thấy, Và Đắt đỏ.

Và vẫn còn—đau đớn Vẫn
còn đó. Không phải nỗi
đau của tội lỗi.
Không cái nỗi đau của nổi loạn.
Nhưng cái nỗi đau cái đó còn sót lại thậm chí khi vâng lời là chân thành.

CÁI HUYỀN THOẠI CỦA KHÔNG ĐAU SỰ TIN TƯỞNG

AUGUSTINE CÓ MỘT LẦN giả định cái đó đầu hàng sẽ mang đến sự đơn giản. Đó sự rõ ràng sẽ di dời sự phức tạp. Cái đó vâng lời sẽ giải quyết căng thẳng.

Nó làm không.
Niềm tin không xóa bỏ
được mất mát. Lời kêu gọi
làm không ngăn chặn nỗi
đau. Sự thật làm không im
lặng nỗi buồn.
Thay vì, sự tin tưởng đã đưa cho nỗi đau Một mới bối cảnh.

Tại sao chúng ta lại mong đợi sự vâng lời sẽ bảo vệ chúng ta khỏi đau khổ? Ở đâu? làm cái ý tưởng đến từ cái đó sự tin tưởng bảo đảm xoa dịu?

Augustine bắt đầu ĐẾN hiểu cái đó Chúa làm không luôn luôn di dờ Nỗi đau—đôi khi Ngài **định nghĩa lại nó** .

NỖI BUỒN CÁI ĐÓ HÌNH DẠNG HƠN LÀ HƠN PHÁ HỦY

AUGUSTINE CÓ KINH NGHIỆM nỗi đau buồn cái đó cắt sâu sắc. Thiệt hại cái đó có thể không phải là lập luận xa. Câu hỏi cái đó thần học làm không nhanh trả lời.

Anh ta làm không giải thích đau khổ BẰNG
hình phạt. Ông ấy không cho rằng đó là
thất bại.
Anh ta cho phép Nó
ĐẾN Công việc. Nỗi
đau trở thành người
thầy.
Nỗi buồn trở thành Một tinh chế
Lửa. Sức chịu đựng trở thành MỘT
cung cấp.

Tại sao Chúa lại cho phép nỗi đau vẫn còn tồn tại ngay cả sau khi ăn năn hối lỗi? Điều gì đã xảy ra ? loại của sự tin tưởng là được hình thành khi sự cứu tế làm không đến?

Augustine được phát hiện cái đó đau khổ Có thể làm sâu sắc thêm sự phụ thuộc TRONG Những cách mà sự thoải mái không bao giờ làm được.

TIN TƯỞNG CHÚA KHÔNG CÓ GIẢI THÍCH

Đã có những lúc Augustine muốn có câu trả lời. Những lý do rõ ràng. Ngay lập tức. nghị quyết.

Nhưng Chúa ngỏ ý thứ gì đó khác: sự hiện
diện. Không Giải thích.
Không bỏ
trốn.
Sự hiện
diện.

Augustine đã học được ĐẾN lòng tin Chúa không có hiểu biết Anh ta hoàn toàn. ĐẾN nghỉ ngơi trong Của Chúa tính cách khi trường hợp chống lại diễn giải.

Tại sao Chúa thường giấu kín lời giải thích nhưng lại không bao giờ giấu chính mình? Vậy, tin tưởng có nghĩa là gì khi không có sự rõ ràng?

Cái này loại của sự tin tưởng đã từng là yên tĩnh hơn—nhưng mạnh mẽ hơn.

CÁI SỰ HÌNH THÀNH CỦA ĐỘ SÂU

NỖI ĐAU ĐÃ BỎ CUỐN XA Gì ảnh hưởng có thể không.

Nó để lộ ra sự thiếu kiên nhẫn.
Nó đã hé lộ những kỳ vọng
tiềm ẩn. Nó đã phá tan sự tự tin
hời hợt.

Và TRONG của nó địa điểm, thứ gì đó sâu hơn

lớn lên. Lòng thương xót đã mở rộng.

Khiêm nhường được

củng cố. Sự phụ thuộc

trở nên sâu sắc hơn.

Những lời dạy của Augustine càng có trọng lượng hơn vì đức tin của ông đã được thử thách. Lời của ông mang theo thẩm quyền bởi vì họ có là Đã kiểm tra.

Tại sao sự đau khổ thường chuẩn bị cho chúng ta những sứ mệnh mà chúng ta không ngờ tới? Sức chịu đựng định hình trí tuệ như thế nào?

SỰ TIN TƯỞNG CÁI ĐÓ LÀM KHÔNG YÊU CẦU KẾT QUẢ

CÓ LẼ CÁI HẦU HẾT SÂU sự thay đổi xảy ra đây: Augustine đã ngừng đánh giá đức tin dựa trên kết quả.

Anh ấy học cách vâng lời mà không

cần đảm bảo. Học cách tin tưởng mà

không cần thời hạn.

Chịu đựng mà không oán hận.

Đức tin không còn là một sự trao

đổi, mà là một mối quan hệ.

Vì sao đức tin đạt đến đỉnh cao nhất khi nó không còn đòi hỏi

bằng chứng? ? Cái gì xảy ra khi vâng lời trở thành của nó sở

hữu phần thưởng?

Augustine nghỉ ngơi—không phải vì hoàn cảnh được cải thiện, mà vì Chúa vẫn luôn ở bên cạnh ông. trung thành.

CÂU HỎI CÁI ĐÓ LÀM SÂU HƠN CÁI HÀNH TRÌNH

LÀM KHÔNG CÂY BẤC NHỮNG CÁI NÀY:

- Cái gì nỗi đau có Bạn giả định sự tin tưởng nên di dời?
- Ở đâu có sự thất vọng bị thách thức của bạn lòng tin?
- Có thể Bạn duy trì trung thành không có ngay lập tức sự cứu tế?
- Là của bạn vâng lời có điều kiện TRÊN Kết quả?

Những cái này câu hỏi sẽ tiếng vọng bởi vì cái sự sùng kính ngày phía trước.

CÁI GÌ LÀ ĐANG TỚI KẾ TIẾP

Augustine hiện đang bước vào những năm cuối đời - những năm tháng được đánh dấu bởi... sự phản xạ, di sản, Và sự chuẩn bị vì sự khởi hành.

Cái Kế tiếp chương sẽ khám phá:

- Cái khôn ngoan của sự nhìn lại
- Cái tạo hình của di sản
- Chuẩn bị người khác ĐẾN mang cái sự tin tưởng phía trước

Duyên dáng sẽ Hiện nay hình thức Augustine BẰNG Một **người hoàn thành** không chỉ một người theo dõi.

CHƯƠNG ELEVEN

LIVING VỚI CÁI KẾT THÚC TRONG XEM

T đây đến Một điểm TRONG mọi mạng sống khi khẩn cấp thay đổi của nó giọng điệu.

Tham vọng cho đường ĐẾN sự chú ý.

Tốc độ nhường chỗ cho chiều sâu. Thành tựu phai nhạt trước ý nghĩa. (Augustine) có đã nhập cái đó mùa.

Ông không còn đánh giá cuộc đời mình bằng việc mình có thể làm được bao nhiêu, mà bằng việc mình có thể **hoàn thành nó một cách trung thực đến mức nào** .

KHI CÁI TƯƠNG LAI RÚT NGẮN

TUỔI CÓ MỘT ĐƯỜNG CỦA LÀM RÕ Gì thiếu niên nhìn ra.

Augustine cảm thấy thời gian khác nhau Hiện nay. Không BẰNG áp lực, Nhưng BẰNG luật xa gần. Những năm tháng phía trước đã từng ít hơn hơn cái năm phía sau. Cái gì vẫn còn đã từng là KHÔNG dài hơn về trở thành—nó đã từng là Về **ủy thác** .

Anh ta làm không phát triển Thụ động. Anh ta trở nên có chủ đích hơn.

Tại sao sự khôn ngoan thường đến khi thời gian dường

như sắp hết ? thay đổi khi chúng tôi dừng lại giả sử chúng tôi có "sau đó"?

Augustine đã học được ĐẾN sống với cái kết thúc TRONG quan điểm—không một cách sợ hãi, Nhưng một cách trung thực.

CHUYỂN ĐỔI TỪ TIẾNG NÓI ĐẾN TÀU

Augustine vẫn dạy học, vẫn viết lách, vẫn chăn dắt bầy cừu. Nhưng dáng vẻ của ông đã thay đổi. đã thay đổi.

Ông không còn cần được lắng nghe nữa. Ông muốn sự thật được trường tồn.

Ông đã đầu tư rất nhiều vào người khác - đào tạo các nhà lãnh đạo, củng cố cộng đồng, canh gác học thuyết không bởi vì điều khiển, Nhưng bởi vì sự rõ ràng. Mối quan tâm của ông ấy đã chuyển đổi từ ảnh hưởng ĐẾN **thừa kế** .

Cái gì là chúng tôi xây dựng cái đó sẽ sống lâu hơn Chúng ta ư? Chúng ta đang tạo ra con người hay những nền tảng?

Thánh Augustine hiểu rằng di sản không phải là những gì chúng ta để lại, mà là những người chúng ta để lại. chuẩn bị.

LÀM HÒA BÌNH VỚI GIỚI HẠN

CÁI THÂN HÌNH SUY YẾU. Năng lượng suy yếu. Sự đau khổ đã xem lại.

Thánh Augustine không chống lại những thay đổi này. Ông đón nhận chúng như những lời nhắc nhở—không phải về sự mất mát, mà là về sự chuyển đổi. Niềm hy vọng của ông chưa bao giờ đặt vào sức mạnh. Nó đặt vào Chúa Kitô.

Tại sao làm Chúa cho phép sự suy sụp ĐẾN hình dạng sự tin tưởng? Lòng tin sẽ thể hiện như thế nào khi năng lực giảm sút? (Theo quan điểm của Augustine) sự tin tưởng làm không thu nhỏ với của anh ấy sức mạnh. Nó trở nên sâu sắc hơn.

Ghi nhớ DUYÊN DÁNG, KHÔNG HỐI TIẾC

Nhìn lại quá khứ, Augustine không phủ nhận những thất bại của mình. Ông nhớ đến chúng—nhưng qua lăng kính của sự chuộc lỗi.

Anh ta làm không diễn tập
Hối tiếc. Anh ta đã luyện
tập sự duyên dáng.

Mọi trì hoãn, mọi sai lầm, mọi sức chống cự trở thành bằng chứng—không phải xấu hổ, Nhưng của lòng thương xót. Chúa có không lãng phí của a ấy mạng sống. Chúa có được chuộc lại Nó.

Tại sao ân điển cho phép chúng ta ghi nhớ mà không lên án?

Lòng biết ơn thay thế sự hối tiếc như thế nào?

Augustine tìm thấy sự an nghỉ trong lòng trung thành của Đấng đã theo đuổi ông từ thuở ban đầu. bắt đầu.

CHUẨN BỊ VÌ SỰ KHỞI HÀNH

AUGUSTINE LÀM KHÔNG NỖI SỢ cái chết.

Không bởi vì Anh ta đã từng là can đảm, Nhưng bởi vì Anh ta đã từng là đã được neo đậu.

Niềm hy vọng của ông không nằm ở công việc, bài viết hay tầm ảnh hưởng của mình. Niềm hy vọng nằm ở... Chúa Kitô—người có là gần hơn ĐẾN anh ta hơn Anh ta có bao giờ là ĐẾN chính anh ấy.

Tại sao làm sự tin tưởng phát triển điềm tĩnh gần cái kết thúc?

Cuộc sống như thế nào mới cho phép ra đi thanh thản? Augustine đã sống một cuộc đời trung thực.

Anh ta có đầu hàng Hoàn toàn. Anh ấy đã tin tưởng sâu sắc.

Và Hiện nay, Anh ta đã chờ đợi.

CÂU HỎI VÌ NHỮNG THỨ KIA VẪN HÀNH TRÌNH

MANG NHỮNG CÁI NÀY PHÍA TRƯỚC:

- Cái gì sẽ thay đổi nếu như Bạn sống với cái kết thúc TRONG xem?
- Cái gì là Bạn xây dựng cái đó sẽ duy trì?
- Ai là Bạn cố ý chuẩn bị?
- Là Bạn tin tưởng Chúa với của bạn giới hạn BẰNG nhiều BẰNG Điểm mạnh của bạn là gì?

Những cái này câu hỏi sẽ đi kèm cái cuối cùng sự chuyển động của Câu chuyện.

CÁI GÌ LÀ ĐANG TỚI KẾ TIẾP

CỦA AUGUSTINE MẠNG SỐNG LÀ vẽ ĐẾN của nó gần—nhưng của an ấy ảnh hưởng là xa từ đã hoàn thành.

Cái cuối cùng chương sẽ phản ánh TRÊN:

- MỘT mạng sống đọc qua các thế hệ

- Hoa quả cái đó sống lâu hơn cái cây
- Cái gì Nó có nghĩa ĐẾN trở nên Một ĐÚNG VẬY cuộc sống thư tín

CHƯƠNG MƯỜI

HAI A MẠNG SỐNG ĐỌC QUA TẤT CẢ

A của Augustine mạng sống Kết thúc trong lặng lẽ.

Ở đó đã từng KHÔNG lớn các tuyên bố.

KHÔNG cuối cùng các buổi biểu diễn.

KHÔNG nỗ lực ĐẾN bảo tồn di sản.

Và tuy nhiên—của anh ấy mạng sống tiếp tục ĐẾN nói chuyện.

Không bởi vì Anh ta tìm kiếm sự vĩnh cửu, Nhưng bởi vì Anh ta đầu hàng ĐẾN cái Đấng bất tử.

KHI MỘT MẠNG SỐNG TRỞ THÀNH MỘT THƯ

CÁI SỨ ĐỒ PAUL ĐÃ VIẾT cái đó những người tin tưởng là thư từ—được viết không với mực, Nhưng qua cái Tinh thần của cái cuộc sống Chúa, được biết đến Và đọc qua tất cả.

Augustine trở thành một của những thứ kia chữ cái. Không bởi vì Anh ta đã từng là Hoàn hảo.

Không bởi vì Anh ta đã từng là Xuất sắc. Nhưng vì anh ta đã **nhượng bộ** .

Của anh ấy mạng sống nói Một câu chuyện cái đó có thể là đọc không có Gi thích:

- Cái đó duyên dáng theo đuổi trước vâng lời bắt đầu
- Cái đó sự thật đối đầu trước Nó sự thoải mái
- Cái đó đầu hàng đứng trước nghỉ ngơi
- Cái đó vâng lời định hình lại sự mong muốn
- Cái đó sự trung thành sống lâu hơn cái trung thành

Tại sao những cuộc đời hiến dâng lại có sức thuyết phục
hơn những cuộc đời hoàn hảo? làm cho một số những
câu chuyện chịu đựng trong khi người khác phai?
của Augustine mạng sống khoan hoa quả cái đó làm ra của nó rễ dễ thấy.

HOA QUẢ CÁI ĐÓ SỐNG SAU CÁI CÂY

AUGUSTINE LÀM KHÔNG SỐNG ĐẾN ảnh hưởng thế kỷ.

Anh ta sống ĐẾN tuân theo Chúa.

Và vâng lời nhân lên vượt ra của anh ấy suốt đời.

Của anh ấy lời thú tội đã đưa cho tiếng nói ĐẾN cái nhân loại đấu tranh với tội lỗi Và duyên dáng. Những lời dạy của ông đã định hình cách nhiều thế hệ hiểu về tình yêu, khát vọng, thời gian, ký ức và Thượng đế. Sự chân thành của ông đã cho phép các tín đồ được sống thật với Chúa thay vì chỉ giả tạo.

Nhưng Augustine sẽ chỉ ra xa khỏi bản thân mình.

Thành quả đạt được không phải là thành tựu của ông.

Nó đã từng là Của Chúa công việc.

Tại sao Chúa thường sử dụng những cuộc đời dâng hiến mà chính họ cũng không hề hay biết? Những thành quả nào sẽ nảy nở rất lâu sau khi chúng ta ra đi?

MỘT CÂU CHUYỆN CÁI ĐÓ THƯ MỜI PHẢN ỨNG

CỦA AUGUSTINE MẠNG SỐNG LÀM không hỏi ĐẾN là được ngưỡng mộ.

Nó hỏi ĐẾN là đã trả lời.

Nó đối đầu mọi người đọc với khó chịu câu hỏi:

- Ở đâu là Bạn trì hoãn vâng lời?
- Cái gì mong muốn vẫn kháng cự Đầu hàng?
- Cái gì sự thật LÀM Bạn biết Nhưng có không chưa Đã tuân lệnh?
- Cái gì sẽ đầy năng suất Nhìn giống vì Bạn?

Những cái này là không lịch sử Những câu hỏi. Chúng là những câu hỏi hiện tại.

của Augustine câu chuyện trở thành nguy hiểm chỉ một khi Nó vẫn còn Một chuyện.

TỪ TIỂU SỬ ĐẾN MÔN ĐỆ HÓA

ĐÂY LÀ NƠI PHẦN TIỂU SỬ phải kết thúc—và cuộc hành trình phải bắt đầu.

Những trang tiếp theo sẽ không hỏi Augustine tin vào điều gì. Chúng sẽ hỏi bạn sẽ làm gì.

Mỗi ngày của cái **40 ngày Cuộc sống Thư tín Lời cầu nguyện Hành trình** sẽ lấy một chủ đề từ của Augustine mạng sống Và xoay Nó vào trong Một gương—qua Kinh thánh, cầu nguyện, suy ngẫm, cam kết và tuyên bố.

Bạn sẽ không là yêu cầu ĐẾN bắt chước Augustine.

Bạn sẽ là được mời ĐẾN **theo Chúa Kitô** , BẰNG Augustine làm.

MỘT CUỐI CÙNG CÂU HỎI TRƯỚC CÁI HÀNH TRÌNH BẮT ĐẦU

AUGUSTINE MỘT LẦN ĐÃ VIẾT cái đó Chúa đã từng là gần hơn ĐẾN anh ta hơn Anh ta đã từng là tự nhủ với chính mình.

Cái đó như nhau Chúa là hiện tại
Bây giờ. Cái gì là Anh ta viết
TRONG của bạn cuộc sống? Và
sẽ Bạn cho phép Nó ĐẾN là đọc?

CHUYỂN TIẾP GHI CHÚ ĐẾN CÁI ĐỘC GIẢ

BẠN CÓ HIỆN NAY ĐỌC CÁI câu chuyện của Một mạng sống Chúa bị từ chối ĐẾN bỏ rơi.

Cái gì theo sau là MỘT lời mời—không phải ĐẾN quan sát,
Nhưng ĐẾN tham gia. Cái Kế tiếp trang bắt đầu **Ngày Một**
của cái 40 ngày Bài suy niệm.
Đến sẵn sàng ĐẾN là đã viết.

CUỘC SỐNG THƯ TÍN – 40 Ngày Lời cầu nguyện Loạt - 1 Học BẮT ĐẦU... >>>>>

NGÀY MỘT

MỘT bồn chồn TRÁI TIM CHÚA TỪ CHỐI BỎ QUA

KEY TẬP TRUNG KINH THÁNH

"Bạn có làm ra chúng ta vì Bản thân bạn, O Chúa ơi, Và của chúng tôi trái tim là bồn chồn cho đến khi nó được an nghỉ trong Ngài."

— *Lời thú tội*

"Bạn là của chúng tôi thư tín viết TRONG của chúng tôi trái tim, được biết đến Và đọc qua tất cả đàn ông."

— 2 Cô-rinh-tô 3:2–3

"Vì chúng tôi Ai có tin rằng LÀM đi vào cái đó nghỉ ngơi... Ở đó vẫn còn Vì vậy nghỉ ngơi vì cái mọi người của Chúa. Vì Anh ta Ai có đã nhập Của anh ấy nghỉ ngơi có chính mình cũng đã ngừng từ của anh ấy tác phẩm BẰNG Chúa làm từ Của anh ấy."

— Hê-bơ-rơ 4:3–10

"Đến ĐẾN Tôi, tất cả Bạn Ai nhân công Và là nặng chất đầy, Và TÔI sẽ đưa cho Bạn hãy nghỉ ngơi."

— Matthew 11:28

CỦA AUGUSTINE SỐNG CHỐC LÁT

Trước đầu hàng, trước vâng lời, trước ảnh hưởng, **Augustine của Hà mã** sống với MỘT bất ổn Anh ta có thể không giải thích hoặc bỏ trốn.

Anh ta đã từng là Thông minh. Anh ấy đã từng là Ông ấy làm việc hiệu quả. Ông ấy được mọi người

ngưỡng mộ.

Chưa của anh ấy linh hồn vẫn còn không ổn định.

Augustine không thiếu kinh nghiệm về đức tin hay nhận thức tâm linh. Điều ông thiếu là ... đã từng là **nghỉ ngơi** —không thuộc vật chất nghỉ ngơi, Nhưng cái sâu nghỉ ngơi cái đó đến từ sự phù hợp với Chúa. Của anh ấy mạng sống đã từng là tích cực, Nhưng của anh ấy trái tim đã từng là đã chia ra. Anh ta lao động về mặt nội tâm, ngay cả khi thành công về mặt bên ngoài.

Chúa làm không di dời cái Sự bồn chồn. Anh ta đã lợi dụng điều đó.

Augustine sau đó nhận ra cái đó của anh ấy bất ổn đã từng là không Một dấu hiệu của Của Chúa vắng mặt, nhưng của Của Chúa **lời mời** . Chúa đã từng là gọi anh ta ngoài của tự định hướng nỗ lực Và bước vào sự an nghỉ thiêng liêng—một sự an nghỉ bắt đầu không phải khi cuộc sống chậm lại, mà khi tâm hồn buông bỏ.

MẠNG SỐNG BÀI HỌC

Kinh thánh nghỉ ngơi là không Sự bất hoạt. Đó là **sự sắp xếp** .

Hê-bơ-rơ kể chúng ta cái đó Của Chúa nghỉ ngơi đã tồn tại—và cái đó những người tin tưởng *đi vào* Điều này có nghĩa là nghỉ ngơi không phải là điều chúng ta đạt được thông qua nỗ lực; mà là điều chúng ta nhận được thông qua sự buông bỏ.

bồn chồn thường vẫn còn khi:

- Chúng tôi tin tưởng, Nhưng LÀM không hoàn toàn năng suất
- Chúng tôi công việc vì Chúa thay vì của nghỉ ngơi TRONG Chúa
- Chúng tôi nỗ lực với của chúng tôi sở hữu sức mạnh hơn là hơn tin tưởng Của Chúa công việc đã hoàn thành

Chúa cho phép bất ổn ĐẾN tiếp tục khi Nó phơi bày khu vực của Tự lực.

Sự bồn chồn trở thành lòng thương xót khi nó dẫn dắt chúng ta ngừng tranh đấu và bắt đầu buông bỏ.

GƯƠNG CHỐC LÁT (RIÊNG TƯ SỰ PHẢN XẠ)

Ngồi với những cái này câu hỏi trong lời cầu nguyện:

- Ở đâu là Bạn tích cực vì Chúa Nhưng không Tại nghỉ ngơi TRONG Anh ta?
- Cái gì bên trong nhân công có Chúa là mời Bạn ĐẾN giải phóng?
- Là Bạn nỗ lực ĐẾN chứng minh thứ gì đó Chúa có Đã hứa rồi sao ?

Hê-bơ-rơ chương 4 nhắc nhở chúng ta rằng sự nghỉ ngơi đến khi chúng ta ngừng **làm việc theo ý riêng của mình** .

HOẠT ĐỘNG VÌ VÂNG LỜI

Hôm nay, luyện tập vào Của Chúa nghỉ ngơi cố ý.

- Bộ ngoài ra 10–15 phút TRONG im lặng
- Đọc **Hê-bơ-rơ 4:3–10** chậm, nói to nếu như khả thi
- Hỏi cái Thánh Tinh thần:

  "Ở đâu là TÔI vẫn nỗ lực thay vì của tin tưởng?"

Viết xuống Gì cái Tinh thần Nó tiết lộ. Đừng sửa chữa nó. Hãy đón nhận nó.

NHÓM CUỘC THẢO LUẬN CÂU HỎI

1. Làm sao làm Kinh thánh định nghĩa nghỉ ngơi khác nhau từ văn hoá?
2. Cái gì là cái sự khác biệt giữa thuộc vật chất nghỉ ngơi Và tâm linh nghỉ ngơi?
3. Làm sao Có thể nỗ lực hiện hữu thậm chí TRONG tôn giáo hoạt động?

CẦU NGUYỆN

Lạy Cha, con thú nhận rằng con thường làm việc ở những nơi mà Ngài đã hoàn thành rồi .

Dạy bảo Tôi ĐẾN đi vào Của bạn nghỉ ngơi—không bởi vì cố gắng, Nhưng bởi vì Hãy buông bỏ. Nơi trái tim tôi bị chia rẽ, xin hãy mang lại sự hòa hợp.

Ở đâu TÔI là nỗ lực, dạy bảo Tôi ĐẾN Tin tưởng. Con chọn nương náu trong Ngài.

Amen.

TIÊN TRI TUYÊN NGÔN

TÔI đi vào Của Chúa nghỉ ngơi qua sự tin tưởng.

TÔI ngưng từ tự định hướng nỗ lực.

Của tôi mạng sống căn chỉnh với Của Chúa hoàn thành công việc.

TÔI là viết qua cái Tinh thần, không lái xe qua áp lực.

SỰ CAM KẾT ĐẾN VÂNG LỜI

Hôm nay, TÔI chọn nghỉ ngơi qua nỗ lực.

TÔI năng suất điều khiển Ở đâu Chúa có đã

đã nói. Tôi sẽ lòng tin Của Chúa công việc

hơn hơn Của tôi nỗ lực. **HƯỚNG TỚI**

NGÀY THỨ HAI

của Augustine bồn chồn làm không ngay lập tức chỉ huy anh ta vào trong nghỉ ngơi.

Nó dẫn đến anh ta vào trong **sự trì hoãn** — nguy hiểm thói quen của biết sự thật Nhưng hoãn lại sự vâng lời.

Ngày mai chúng tôi sẽ đối mặt lời nói dối cái đó giữ nhiều những người tin tưởng bồn chồn:

"Sau đó sẽ là dễ hơn."

NGÀY HAI

CÁI TRỊ GIÁ CỦA TRÌ HOÃN VÀ CÁI NÓI DỐI VỀ "CHƯA"

KEY TẬP TRUNG KINH THÁNH

"Hôm nay, nếu như Bạn sẽ nghe Của anh ấy tiếng nói, LÀM không cứng lại trái tim của các bạn ."

— Hê-bơ-rơ 3:7-8

"Vì chúng tôi là Của Chúa đồng nghiệp công nhân... Hiện nay là cái được chấp nhận thời gian; Hãy xem kìa, "Giờ là ngày cứu rỗi."

— 1 Cô-rinh-tô 3:9; 2 Cô-rinh-tô 6:2

"Tại sao LÀM Bạn Chờ đợi? Tăng lên Và là được rửa tội Và rửa xa của bạn tội lỗi, cầu khẩn danh Chúa."

— Công vụ 22:16

"Bất cứ ai biết cái Phải điều ĐẾN LÀM Và thất bại ĐẾN LÀM Nó, vì anh ta Nó là tội lỗi."

— James 4:17

CỦA AUGUSTINE SỐNG CHỐC LÁT

Augustine không chối bỏ Chúa. Ông chỉ tạm thời trì hoãn sự hiện diện của Ngài.

Dài trước của anh ấy đầu hàng, Augustine đã từng là thuyết phục cái đó Kitô giáo Điều đó là sự thật. Anh ấy ngưỡng mộ vẻ đẹp của nó. Anh ấy chấp nhận tính mạch lạc của nó. Anh ấy thậm chí còn khao khát những lời hứa của nó.

Nhưng Anh ta bị trì hoãn sự vâng lời.

Anh tự nhủ rằng mình chưa sẵn sàng. Sự thay đổi sẽ đến sau. Sự trưởng thành cần thời gian. Việc đầu hàng có thể chờ đợi.

Và Vì thế Anh ta cầu nguyện Một

nguy hiểm cầu nguyện: Không chưa.

Cái gì Augustine làm không nhận ra đã từng là cái đó trì hoãn đã từng là tạo hình anh ta BẰNG Cũng giống như một quyết định. Mỗi lần trì hoãn việc tuân lệnh lại càng củng cố thói quen. Mỗi lần "sau này" lại càng làm sâu sắc thêm thói quen đó. phân công. Mọi sự do dự được đào tạo của anh ấy sẽ ĐẾN kháng cự.

Trì hoãn đã từng là không trung lập.

MẠNG SỐNG BÀI HỌC

Trì hoãn cứng lại Gì vâng lời sẽ chữa lành.

Kinh Thánh không coi sự trì hoãn vâng lời là khôn ngoan. Kinh Thánh coi đó là mối nguy hiểm. Sách Hê-bơ-rơ cảnh báo rằng lòng người chai cứng không chỉ vì sự nổi loạn, mà còn vì **sự trì hoãn** .

Cái tiếng nói của Chúa luôn luôn nói TRONG cái
hiện tại Căng thẳng. "Hôm nay."

Trì hoãn thuyết phục chúng ta cái đó thời gian sẽ làm vâng lời dễ hơn. TRONG thực tế, Sự trì hoãn cho phép các khuôn mẫu trở nên sâu sắc hơn, các mối ràng buộc trở nên mạnh mẽ hơn và sự kháng cự trở thành điều bình thường.

Điều mà bạn cho là kiên nhẫn có thể thực chất là sự né tránh. Điều mà bạn cho là thận trọng có thể thực chất là nỗi sợ hãi.

Cái gì cảm thấy giống khôn ngoan có thể là sự hoài nghi.

GƯƠNG CHỐC LÁT (RIÊNG TƯ SỰ PHẢN XẠ)

Lấy thời gian với những cái này câu hỏi:

- Cái gì có Chúa rõ ràng nói ĐẾN Bạn cái đó Bạn có Bị hoãn lại?
- Ở đâu có Bạn đã sử dụng sự chuẩn bị BẰNG Một thay thế vì vâng lời?
- Cái gì trị giá có trì hoãn đã sản xuất TRONG của bạn mạng sống?

LÀM không trả lời Về mặt phòng thủ. Trả lời Thành thật.

HOẠT ĐỘNG VÌ VÂNG LỜI

Nhận dạng **một cụ thể vâng lời** Bạn có Bị trì hoãn.

Hôm nay:

- Tên Nó rõ ràng
- Cầu nguyện qua Nó Tóm lại
- Lấy một bê tông bước chân hướng về phía nó

Đừng chờ đợi sự tự tin. Sự vâng lời thường tạo ra sự tự tin, chứ không phải ngược lại.

NHÓM CUỘC THẢO LUẬN CÂU HỎI

1. Tại sao làm trì hoãn cảm thấy an toàn hơn hơn Sự bất tuân?
2. Làm sao làm văn hoá củng cố cái ý tưởng cái đó "sau đó" là khôn ngoan?
3. Cái gì là cái sự khác biệt giữa chờ TRÊN Chúa Và tránh né Chúa?

CẦU NGUYỆN

Thưa Cha, con thú nhận rằng con đã trì hoãn việc vâng lời trong khi tự thuyết phục mình rằng con đang cẩn thận.

Tha thứ Tôi vì cái lần TÔI bị trì hoãn Gì Bạn làm ra Rõ ràng.

Xin hãy làm mềm lòng tôi.

Xin dạy con biết đáp lại khi Ngài phán—không thương lượng. Hôm nay con chọn vâng phục.

Amen.

TIÊN TRI TUYÊN NGÔN

TÔI trả lời khi Chúa nói.

Của tôi trái tim vẫn còn mềm mại Và phản hồi. Trì hoãn thua của nó quyền lực qua Của tôi mạng sống.

Hôm nay, TÔI tuân theo.

SỰ CAM KẾT ĐẾN VÂNG LỜI

Hôm nay, TÔI từ chối cái nói dối của "không chưa."

Tôi chọn sự vâng phục hiện tại hơn là ý định trong tương lai . sẽ hành động TRÊN Gì Chúa có đã tiết lộ.

NHÌN PHÍA TRƯỚC ĐẾN NGÀY BA

của Augustine trì hoãn đã từng là không bám rễ TRONG sự thiếu hiểu biết—nó đã từng là bám rễ TRONG **ham muốn chia rẽ** .

Ngày mai chúng tôi sẽ đối mặt Một Vấn đề sâu xa hơn :

Cái gì xảy ra khi chúng tôi muốn Chúa, Nhưng muốn thứ gì đó khác hơn?

NGÀY BA

CÁI ĐÃ CHIA RA SẼ VÀ CÁI CUỘC CHIẾN CỦA KHÁT VỌNG

KEY TẬP TRUNG KINH THÁNH

"TÔI niềm vui TRONG cái pháp luật của Chúa theo ĐẾN cái bên trong người đàn ông, Nhưng TÔI xem một cái khác pháp luật TRONG Của tôi các thành viên, chiến tranh chống lại cái pháp luật của Của tôi tâm trí."

— người La Mã 7:22–23

"KHÔNG một Có thể phục vụ hai bậc thầy."

— Matthew 6:24

"Mỗi một là cám dỗ khi Anh ta là vẽ xa qua của anh ấy sở hữu mong muốn và bị dụ dỗ."

— James 1:14

"Những thứ kia Ai thuộc về ĐẾN Chúa Kitô Chúa Giê-su có bị đóng đinh cái thịt với của nó đam mê và mong muốn."

— người Galati 5:24

CỦA AUGUSTINE SỐNG CHỐC LÁT

Cuộc đấu tranh lớn nhất của Augustine không

phải là sự hoài nghi, mà là **sự chia rẽ** .

Ông ấy muốn có

Chúa. Ông ấy

muốn sự thánh

thiện.

Anh ta muốn tự do.

Và Tại cái như nhau thời gian, Anh ta muốn điều khiển, vinh hạnh, Và sự quen thuộc.

Cuộc xung đột nội tâm này giày vò ông. Ông mô tả ý chí của mình như bị chia rẽ—bị kéo về hai hướng đối lập. Một phần trong ông khao khát Chúa; phần khác lại ngoan cố bám víu vào... thói quen.

Augustine làm không thiếu Niềm tin vững chắc. Anh ta thiếu sự nhất quán.

Cái bi kịch đã từng là không cái đó Anh ta làm không biết cái tốt—nó đã từng là cái đó biết Tốt làm không chưa sản xuất cái sẽ ĐẾN chọn Nó.

MẠNG SỐNG BÀI HỌC

MỘT đã chia ra trái tim sản xuất bị trì hoãn sự vâng lời.

Sự mong muốn là mạnh mẽ. Kinh thánh làm không hiện tại sự mong muốn BẰNG trung lập; Nó Nó định hình phương hướng. Điều chúng ta khao khát nhất cuối cùng sẽ chi phối chúng ta.

Cái sẽ là không được tăng cường qua thông tin một mình. Nó là được tăng cường qua

sắp xếp lại yêu .

Augustine đã học được cái đó cái trận đánh vì vâng lời là không Đầu tiên đã chiến đấu Trong hành vi, nhưng trong tình cảm. Cho đến khi ham muốn được đối mặt, sự vâng lời vẫn còn mong manh. Chúng ta LÀM không chọn chống lại của chúng tôi mạnh nhất mong muốn—chúng ta chọn **theo ĐẾN Nó** .

GƯƠNG CHỐC LÁT (RIÊNG TƯ SỰ PHẢN XẠ)

Lấy thời gian với những cái này câu hỏi:

- Bạn cảm thấy mâu thuẫn ở điểm nào giữa những gì bạn biết và những gì bạn lựa chọn?
- Cái gì sự mong muốn có là cạnh tranh với của bạn vâng lời ĐẾN Chúa?
- Là Bạn đang cố gắng ĐẾN tuân theo Chúa trong khi vẫn bảo vệ thứ gì đó khác?

Là trung thực. Chúa đã biết.

HOẠT ĐỘNG VÌ VÂNG LỜI

Hãy xác định một mong muốn đang chia rẽ trái tim bạn. Hôm nay:

- Tên Nó trước Chúa
- Xưng của nó ảnh hưởng Thành thật
- Hỏi Chúa không chỉ ĐẾN kiềm chế Nó, Nhưng ĐẾN **sắp xếp lại của bạn yêu**

LÀM không cầu nguyện vì mạnh hơn
sức mạnh ý chí. Hãy cầu nguyện . vì
sâu hơn sự yêu mến vì Chúa.

NHÓM CUỘC THẢO LUẬN CÂU HỎI

1. Tại sao làm kiến thức một mình thất bại ĐẾN sản xuất vâng lời?
2. Làm sao làm văn hoá chuẩn hóa đã chia ra mong muốn?
3. Cái gì làm Nó nghĩa là ĐẾN đóng đinh Một sự mong muốn hơn là hơn quản lý Nó?

CẦU NGUYỆN

Bố, TÔI xưng cái đó Của tôi trái tim có là chia ra. Tôi có muốn Bạn, Nhưng không luôn luôn Đầu tiên.

Sắp xếp lại Của tôi yêu thương.

Di chuyển cạnh tranh mong muốn với Một lớn hơn sự yêu mến vì Xin Chúa hiệp nhất lòng con để kính sợ danh Ngài.

Amen.

TIÊN TRI TUYÊN NGÔN

Của tôi trái tim là KHÔNG dài hơn Tôi thuộc về Chúa , nhưng tôi hoàn toàn thuộc về Ngài.

Mọi cạnh tranh sự mong muốn là thua của nó quyền năng. Ý chí của tôi phù hợp với chân lý của Chúa.

SỰ CAM KẾT ĐẾN VÂNG LỜI

Hôm nay, TÔI chọn sự căn chỉnh qua sự nuông chiều. Tôi dâng hiến những ham muốn chia rẽ cho Chúa.

TÔI sẽ không bảo vệ Gì Chúa là hỏi Tôi ĐẾN Đóng đinh.

NHÌN PHÍA TRƯỚC ĐẾN NGÀY BỐN

của Augustine đã chia ra sẽ dẫn đến anh ta ĐẾN tìm kiếm **sự tin tưởng hệ thống cái đó được miễn trừ Nó khơi dậy ham muốn hơn là chữa lành nó** .

Ngày mai chúng tôi sẽ đối mặt Một nguy hiểm thay thế:

Tôn giáo cái đó giải thích tội lỗi không có đối đầu Nó.

NGÀY BỐN

KHI SỰ TIN TƯỞNG TRỞ THÀNH MỘT NƠI TRỐN

KEY TẬP TRUNG KINH THÁNH

"Có Một hình thức của sự thánh thiện Nhưng phủ nhận của nó quyền lực. Và từ Những người như vậy thường quay lưng bỏ đi."

— 2 Timothy 3:5

"Các ngươi tra cứu Kinh Thánh, vì các ngươi cho rằng trong đó có sự sống đời đời; và những điều này là họ cái mà làm chứng của Tôi. Nhưng Bạn là không sẵn sàng ĐẾN đến ĐẾN Tôi để các bạn có thể sống."

— John 5:39–40

"Họ giáo sư ĐẾN biết Chúa, Nhưng TRONG tác phẩm họ từ chối Anh ta."

— Titus 1:16

"Sự tin tưởng qua chính nó, nếu như Nó làm không có các tác phẩm, là chết."

— James 2:17

CỦA AUGUSTINE SỐNG CHỐC LÁT

Khi ý chí mâu thuẫn của Augustine trở nên không thể chịu đựng được, ông đã không lập tức đầu hàng.

Anh ta **đã thay đổi niềm tin** .

Không phải vì hệ thống mới là đúng, mà vì nó tiện lợi. Nó cho phép ông ta nói về thiện và ác mà không cần phải đối mặt với ham muốn của chính mình. đã đưa cho anh ta giải thích thay vì của sự ăn năn, cái nhìn thấu suốt thay vì của sự vâng lời.

Augustine làm không dừng lại nói chuyện
Về Sự thật. Anh ta đã ngừng để sự thật
lên tiếng với mình.

Niềm tin của ông ta nghe có vẻ thuộc về tâm linh. Chúng có vẻ rất tinh tế. Thậm chí chúng còn tuyên bố... có đạo đức bận tâm. Nhưng họ yêu cầu Không có gì từ của anh ấy sẽ.

Sự tin tưởng trở thành Một **nơi trú ẩn** —không phải từ tội lỗi, Nhưng từ đầu hàng.

MẠNG SỐNG BÀI HỌC

Không tất cả sự tin tưởng dẫn đầu ĐẾN mạng sống.

Một số hệ thống tín ngưỡng giải thích tội lỗi thay vì đối mặt với nó. Chúng đưa ra ngôn ngữ mà không có quyền lực, kiến thức mà không có sự vâng lời, và tôn giáo mà không có sự lãnh đạo. sự ăn năn.

Kinh Thánh cảnh báo chúng ta rằng có thể quen thuộc với chân lý mà vẫn từ chối sự biến đổi. Khi sự tin tưởng KHÔNG dài hơn thách thức sự mong muốn, Nó dừng lại hiện tại Niềm tin trở thành **vỏ bọc ngụy trang** .

Đức tin chân chính không chỉ đơn thuần giải thích hoàn cảnh của chúng ta mà còn **thay đổi nó** . **KHOẢNH KHẮC GƯƠNG PHẢN CHIẾU (SUY NGẪM CÁ NHÂN)**

Ngồi Thành thật với những cái này câu hỏi:

- Bạn đã bao giờ dùng thần học, giáo lý hay ngôn ngữ tâm linh để trốn tránh sự vâng lời chưa?
- Ở đâu có thể của bạn niềm tin an ủi Bạn hơn hơn họ đối mặt Bạn?
- Là ở đó bất kì khu vực Ở đâu sự tin tưởng có trở nên giải thích thay vì của sự chuyển đổi?

LÀM không trả lời Về mặt phòng thủ. Trả lời trong sự cầu nguyện.

HOẠT ĐỘNG VÌ VÂNG LỜI

Hôm nay, nghiên cứu một sự tin tưởng Bạn giữ Hãy hỏi kỹ :

- Làm cái này sự tin tưởng chỉ huy Tôi theo hướng vâng lời?
- Hoặc làm Nó cho phép Tôi ĐẾN duy trì không thay đổi?

Hãy mời Đức Thánh Linh soi sáng bất cứ nơi nào mà niềm tin đã thay thế sự ăn năn.

Sau đó lấy **một bê tông bước chân của vâng lời** cái đó sự tin tưởng có bị tr hoãn.

NHÓM CUỘC THẢO LUẬN CÂU HỎI

1. Làm sao Có thể tôn giáo trở nên Một đang trốn địa điểm thay vì của Một đang lành lại địa điểm?
2. Cái gì là cái sự khác biệt giữa biết sự thật Và cho ra ĐẾN Nó?
3. Tại sao là sự tin tưởng hệ thống cái đó yêu cầu Không có gì thường cái hầu hết

hấp dẫn?

CẦU NGUYỆN

Thưa Cha, con thú nhận rằng đôi khi con đã núp sau niềm tin thay vì tuân phục chân lý.

Hãy vạch trần bất kỳ niềm tin nào an ủi tôi mà không làm thay đổi tôi. Hãy loại bỏ những lời giải thích biện minh cho sự bất tuân.

Xin dẫn dắt con đến với đức tin sống động—đức tin vâng phục. Amen.

TIÊN TRI TUYÊN NGÔN

TÔI LÀM không trốn phía sau sự tin tưởng.

Đức tin của tôi sinh ra sự vâng phục và sự biến đổi. Chân lý đối đầu Tôi, chữa lành Tôi, Và dẫn đầu Tôi vào trong cuộc sống. Tôi đi bộ TRONG cái quyền lực của sự thánh thiện, không của nó ngoại hình. **CAM KẾT ĐẾN VÂNG LỜI**

Hôm nay, tôi cam kết sống trọn vẹn đức tin, chứ không phải chỉ là niềm tin giả tạo. Tôi sẽ cho phép chân lý thách thức những ham muốn của mình.

TÔI chọn sự ăn năn hối lỗi qua Giải thích.

NHÌN PHÍA TRƯỚC ĐẾN NGÀY NĂM

Nơi ẩn náu của Augustine cuối cùng cũng sụp đổ. Sự thật đã đến quá gần để có thể phớt lờ.

Ngày mai chúng tôi sẽ đối mặt Một phê bình chốc lát:

Cái gì xảy ra khi sự thật là KHÔNG dài hơn có thể tránh được—và cá sẽ Phải chọn sao?

NGÀY NĂM

KHI SỰ THẬT TRỞ NÊN KHÔNG THỂ TRÁNH NÉ

KEY TẬP TRUNG KINH THÁNH

"Cái ánh sáng có đến vào trong cái thế giới, Và đàn ông yêu thương bóng tối còn hơn là ánh sáng, bởi vì của họ hành động đã từng độc ác."

—John 3:19

"Vì cái từ của Chúa là cuộc sống Và mạnh mẽ... Một người phân biệt của cái Những suy nghĩ và ý định sâu thẳm trong lòng."

— Hê-bơ-rơ 4:12

"Làm sao dài sẽ Bạn vấp ngã giữa hai Ý kiến của mọi người? Nếu như cái Chúa là Chúa, Hãy theo Ngài."

— 1 Các vị vua 18:21

"Chọn vì chính các bạn cái này ngày ai Bạn sẽ phục vụ."

—Joshua 24:15

CỦA AUGUSTINE SỐNG CHỐC LÁT

Đã có một thời điểm trong cuộc đời của Augustine khi **ông phải né tránh... đã từng là KHÔNG càng lâu càng tốt** .

Các lập luận đã sụp đổ.

Các hệ thống niềm tin đã

tan vỡ. Sự trì hoãn có mất

của nó độ tin cậy.

Sự thật đứng trước anh ấy—không phải BẰNG MỘT ý tưởng ĐẾN đánh giá, Nhưng BẰNG Một gọi ĐẾN tuân theo.

Augustine có thể KHÔNG dài hơn nói Anh ta làm không hiểu. Anh ta có thể KHÔNG yêu cầu dài hơn Anh ta cần thiết hơn thời gian. Kitô giáo đã từng là KHÔNG dài hơn Một xa xôi lựa chọn; Nó đã trở thành một cuộc đối đầu trực tiếp.

Cái vấn đề đã từng là KHÔNG

dài hơn Sự thật. Vấn đề là **ý chí**

.

Và vào khoảnh khắc đó, Augustine nhận ra một điều vừa đáng sợ vừa giải phóng cùng một lúc:

không lựa chọn đã từng là chính nó Một sự lựa chọn.

MẠNG SỐNG BÀI HỌC

Sự thật sau cùng yêu cầu Một phản ứng.

Có một khoảnh khắc ánh sáng phơi bày nhiều hơn là giải thích. Khi Kinh Thánh ngừng cung cấp thông tin cho lý trí và bắt đầu phán xét tấm lòng. Khi sự trung lập sụp đổ trước sự sáng tỏ.

Đến lúc đó, sự trì hoãn trở thành sự bất tuân, và sự thiếu quyết đoán trở thành sự chống đối.

Chúa làm không lực lượng cái sẽ—nhưng Anh ta loại bỏ ảo ảnh.

Khi sự thật trở thành không thể tránh khỏi, cái chỉ một còn lại câu hỏi là không *"Điều này có đúng không?"* nhưng *"Liệu tôi có tuân theo không?"*

GƯƠNG CHỐC LÁT (RIÊNG TƯ SỰ PHẢN XẠ)

Ngồi lặng lẽ với những cái này câu hỏi:

- Cái gì sự thật có trở nên thông thoáng TRONG của bạn mạng sống cái đó Bạn là vẫn Tránh né?
- Ở đâu có Chúa LOẠI BỎ của bạn lý do bào chữa Nhưng Bạn có không Bạn đã trả lời chưa ?
- Là Bạn đứng TRONG cái ánh sáng—hoặc đứng gần Nó?

Là trung thực. Chúa là Đang nói.

HOẠT ĐỘNG VÌ VÂNG LỜI

Hôm nay, LÀM không hỏi Chúa vì hơn

Hãy tìm kiếm sự sáng suốt. Hãy cầu xin

Ngài ban cho **lòng can đảm** .

- Nhận dạng một khu vực Ở đâu sự thật có trở nên không thể nhầm lẫn
- Nói chuyện Nó nói to ĐẾN Chúa
- Nói cái này lời cầu nguyện chậm:

  "Lạy Chúa, TÔI sẽ KHÔNG dài hơn tránh xa Gì Bạn có làm ra thông thoáng."

Sau đó lấy một bước chân của sự vâng lời—tuy nhiên nhỏ - *hôm nay* .

NHÓM CUỘC THẢO LUẬN CÂU HỎI

1. Tại sao làm sự rõ ràng Thỉnh thoảng tăng sức chống cự thay vì của vâng lời?
2. Làm sao Có thể sự gần gũi ĐẾN sự thật tạo nên cái ảo ảnh của sự tin tưởng?
3. Cái gì xảy ra khi những người tin tưởng duy trì chưa quyết định vì cũng vậy dài?

CẦU NGUYỆN

Bố, TÔI xưng cái đó ở đó là sự thật TÔI có đứng gần Nhưng không bước thành. Cởi bỏ xa mọi thứ lỗi cái đó giữ Tôi từ sự vâng lời.
Hãy cho tôi dũng khí nơi sự rõ ràng đã tồn tại. Tôi chọn ánh sáng qua an ủi, sự thật qua Trì hoãn. Amen.

TIÊN TRI TUYÊN NGÔN

Tôi đáp lại sự thật bằng sự vâng phục. Tôi không còn trốn tránh trong sự do dự nữa.
Cái ánh sáng của Chúa dẫn đầu Của tôi từng bước. Hôm nay, tôi chọn Chúa.

SỰ CAM KẾT ĐẾN VÂNG LỜI

Hôm nay, TÔI làm ĐẾN trả lời Ở đâu Chúa có nói Rõ ràng. Tôi bác bỏ thái độ trung lập và trì hoãn.
TÔI chọn vâng lời Hiện nay.

NHÌN PHÍA TRƯỚC ĐẾN NGÀY SÁU

Khi sự thật trở thành không thể tránh khỏi, Augustine đạt Một tin tức nóng hổi điểm—không của sự tin tưởng, Nhưng của **sức mạnh** .

Ngày mai chúng tôi sẽ khuôn mặt Một thực tế nhiều những người tin tưởng bắt gặp:

Cái gì xảy ra khi cái sẽ muốn ĐẾN tuân lệnh—nhưng cảm thấy bất lực ĐẾN LÀM

Vì thế?

NGÀY SÁU

KHI Ý CHÍ SUY YẾU VÀ ÂN SỦNG PHẢI CAN THIỆP

KEY TẬP TRUNG KINH THÁNH

"ĐẾN sẽ là hiện tại với Tôi, Nhưng Làm sao ĐẾN trình diễn Gì là Tốt TÔI LÀM không tìm thấy."

— người La Mã 7:18

"Của tôi duyên dáng là hợp lý vì Bạn, vì Của tôi sức mạnh là làm ra hoàn hảo trong sự yếu đuối."

— 2 Cô-rinh-tô 12:9

"Vì chính Đức Chúa Trời là Đấng tác động trong anh em, ban cho anh em cả ý muốn lẫn khả năng làm điều tốt cho Ngài. vinh hạnh."

— Phi-líp 2:13

"KHÔNG một Có thể đến ĐẾN Tôi Trừ khi cái Bố Ai đã gửi Tôi vẽ anh ta."

— John 6:44

CỦA AUGUSTINE SỐNG CHỐC LÁT

Augustine muốn vâng lời.

Đó chính là vấn đề.

Của anh ấy tâm trí đã từng là đã thuyết phục. Của anh ấy lương tâm đã từng là thức giấc. Của anh ấy sự mong muốn vì Chúa Đó là sự thật. Chưa khi Anh ta đã thử ĐẾN thay đổi, Anh ta được phát hiện Một đau đớn sự thật: **sự mong muốn Chỉ riêng điều đó thôi là chưa đủ** .

Anh ta có thể tên Gì đã từng là Đúng vậy. Anh ấy có thể giải thích Gì đã từng là Đúng vậy.

Ông ấy có thể khao khát sự
thánh thiện.
Nhưng Anh ta có thể không làm chính mình miễn phí.
Cái sẽ có tỉnh dậy—nhưng sức mạnh có không tới nơi.

Đây là nơi mà nhiều tín đồ cảm thấy nản lòng. Họ nhầm lẫn sự bất lực với sự thiếu chân thành và sự yếu đuối với thói đạo đức giả. Thánh Augustine đã học được điều gì đó. khác biệt: cái này chốc lát đã từng là không thất bại—nó đã từng là **sự chuẩn bị** .

MẠNG SỐNG BÀI HỌC

Sức mạnh ý chí không thể sản xuất sự biến đổi.

Kinh thánh không bao giờ lời hứa cái đó chúng tôi sẽ tuân theo bởi vì sức mạnh của giải quyết. Nó hứa rằng chính Chúa đang hành động trong chúng ta—cả ước muốn *và* khả năng vâng lời.

Cái chốc lát sức mạnh ý chí thất bại là không cái kết thúc của cái hành trình. Nó là thường Cánh cửa dẫn đến ân điển.

Duyên dáng là không Chúa giúp đỡ Bạn thử Khó hơn.

Duyên dáng là Chúa đang làm TRONG Bạn Gì Bạn không thể LÀM bản th bạn.

Cho đến khi chúng tôi với tới cái kết thúc của chính chúng ta, chúng thường hiểu lầm duyên dáng.

GƯƠNG CHỐC LÁT (RIÊNG TƯ SỰ PHẢN XẠ)

Ngồi lặng lẽ với những cái này câu hỏi:

- Ở đâu có Bạn đã thử ĐẾN tuân theo Chúa TRONG của bạn sở hữu sứ mạnh?
- Cái gì thói quen hoặc mẫu có chống lại của bạn tốt nhất nỗ lực?
- Bạn có hiểu điểm yếu là dấu hiệu bị loại thay vì được mời tham gia không?

Là trung thực. Cái này là thánh đất.

HOẠT ĐỘNG VÌ VÂNG LỜI

Hôm nay, dừng lại đang cố gắng ĐẾN chinh phục Gì Chúa muốn ĐẾN **ma**

.

- Nhận dạng một khu vực Ở đâu Bạn cảm thấy bất lực
- Nói chuyện Nó nói to ĐẾN Chúa không có tự buộc tội
- Cầu nguyện cái này Nói chậm rãi:

"Lạy Chúa, TÔI không thể LÀM cái này không có Bạn."

Sau đó nghỉ ngơi. Duyên dáng tác phẩm tốt nhất Ở đâu nỗ lực dừng lại.

NHÓM CUỘC THẢO LUẬN CÂU HỎI

1. Tại sao LÀM chúng tôi kháng cự thừa nhận Điểm yếu?
2. Làm sao làm nỗ lực tự thân biến dạng của chúng tôi hiểu biết của duyên dáng?
3. Cái gì làm Nó nghĩa là vì Chúa ĐẾN công việc TRONG chúng ta cả hai ĐẾN sẽ Và ĐẾN LÀM?

CẦU NGUYỆN

Bố, TÔI xưng cái đó TÔI có đã thử ĐẾN tuân theo Bạn với Của tôi
sở hữu sức mạnh. Tôi có dựa vào TRÊN sức mạnh ý chí Ở đâu
TÔI cần thiết duyên dáng.
TÔI mang đến Bạn Của tôi điểm yếu—không phải BẰNG
MỘT thứ lỗi, Nhưng BẰNG MỘT dâng hiến. Xin hãy làm nơi
con điều mà con không thể tự mình làm được.
Amen.

TIÊN TRI TUYÊN NGÔN

TÔI LÀM không phụ thuộc
TRÊN Của tôi sở hữu Sức mạnh.
Chúa đang hành động trong tôi.
Ân điển đang làm được những điều mà ý chí
không thể. Tôi là hiện tại đã biến đổi qua Của
Chúa quyền lực.

SỰ CAM KẾT ĐẾN VÂNG LỜI

Hôm nay, TÔI giải phóng nỗ lực tự thân.
TÔI phụ thuộc hoàn toàn TRÊN cái duyên dáng của Chúa.
TÔI sẽ cho phép Chúa ĐẾN công việc TRONG tôi—cả hai ĐẾN sẽ Và ĐẾN LÀM.

NHÌN PHÍA TRƯỚC ĐẾN NGÀY BẢY

của Augustine đột phá làm không đến bởi vì nỗ lực—nó đã đến bởi vì **sự gián đoạn** .

Ngày mai chúng tôi sẽ bắt gặp Một xác định chốc lát:

Khi Chúa nói, Và sức chống cự sụp đổ.

NGÀY BẢY

HÃY LẤY VÀ ĐỌC: KHI CHÚA CAN THIỆP VÀO CUỘC ĐẤU TRANH

KEY TẬP TRUNG KINH THÁNH

"Của bạn từ là Một đèn ĐẾN Của tôi bàn chân Và Một ánh sáng ĐẾN Của tôi con đường."

— Thánh vịnh 119:105

"Vì cái từ của Chúa là cuộc sống Và mạnh mẽ... Một người phân biệt của cái Những suy nghĩ và ý định sâu thẳm trong lòng."

— Hê-bơ-rơ 4:12

"Vì thế sau đó sự tin tưởng đến qua nghe, Và nghe qua cái từ của Chúa."

— người La Mã 10:17

"Hôm nay, nếu như Bạn sẽ nghe Của anh ấy tiếng nói, LÀM không cứng lại trái tim của các bạn ."

— Hê-bơ-rơ 3:15

CỦA AUGUSTINE SỐNG CHỐC LÁT

Augustine đã đạt đến giới hạn của bản thân.

Ông không còn tranh luận về chân lý

nữa.

Anh ta đã từng là KHÔNG dài hơn hoãn lại sự vâng lời.

Anh ta đã từng là KHÔNG dài hơn giả vờ sức mạnh Anh ta làm không có.

Ông ấy khóc—không phải vì nghi ngờ Chúa, mà vì ông ấy không thể thay đổi chính mình.

Và sau đó Chúa Bị gián

đoạn. Không phải do sấm

sét.

Không phải bằng lý
lẽ. Không phải với
Giải thích. Bằng giọng
nói.
"Lấy Và đọc."

Cái yêu cầu đã từng là đơn giản. Nó ngỏ ý KHÔNG an ủi, KHÔNG đàm phán, Không có lý do. Nó làm không hỏi Augustine ĐẾN cảm thấy sẵn sàng—chỉ ĐẾN trả lời.

Duyên dáng làm không luôn luôn đến
BẰNG Sự nhẹ nhõm. Đôi khi nó
đến dưới dạng **sự chỉ dẫn** .

MẠNG SỐNG BÀI HỌC

Đột phá thường đến khi nỗ lực Kết thúc.

Của Chúa Từ là không chỉ thông tin—nó là **sự can thiệp** . Kinh thánh Nó không chỉ đơn thuần là hướng dẫn; nó còn giúp chấm dứt sự xáo trộn nội tâm và định hướng lại ý chí.

của Augustine đấu tranh làm không kết thúc bởi vì Anh ta Cuối cùng đã thử Khó hơn. Nó kết thúc vì Chúa đã nói, Và Augustine đã trả lời.

Khi Chúa nói, vâng lời trở thành có thể—không bởi vì sức mạnh xuất hiện, Nhưng bởi vì duyên dáng kích hoạt.

GƯƠNG CHỐC LÁT (RIÊNG TƯ SỰ PHẢN XẠ)

Là vẫn với những cái này câu hỏi:

- Ở đâu có Bạn đạt cái kết thúc của của bạn sở hữu sức mạnh?
- Cái gì đơn giản chỉ dẫn có thể Chúa đã là cho Bạn?
- Là Bạn chờ vì sự cứu tế khi Chúa là hỏi để nhận phản hồi?

LÀM không cây bấc. Nghe.

HOẠT ĐỘNG VÌ VÂNG LỜI

Hôm nay, cho phép Của Chúa Từ ĐẾN ngắt Bạn.

- Bộ ngoài ra 15 phút không có sự xao nhãng
- Mở Kinh thánh—không phải ĐẾN học, Nhưng ĐẾN **nghe**
- Hỏi cái Thánh Tinh thần:
  "Cái gì là Bạn hỏi Tôi ĐẾN LÀM?"

Khi sự rõ ràng đến, hành động—không trì hoãn.

NHÓM CUỘC THẢO LUẬN CÂU HỎI

1. Tại sao làm Chúa thường nói chuyện đơn giản Tại quyết định những khoảnh khắc?
2. Làm sao Có thể Kinh thánh chức năng BẰNG gián đoạn hơn là hơn thông tin?

3. Cái gì giữ chúng ta từ trả lời ngay lập tức khi Chúa nói gì?

CẦU NGUYỆN

Bố, TÔI cám ơn Bạn cái đó Bạn nói chuyện khi TÔI là yếu. Ngắt Của tôi nỗ lực với Của bạn Từ. Đưa cho Tôi tai ĐẾN nghe Và lòng can đảm ĐẾN Tôi trả lời . chọn vâng lời khi Bạn nói chuyện.

Amen.

TIÊN TRI TUYÊN NGÔN

Tôi nghe thấy tiếng Chúa.

Ngài Từ chỉ đạo Của tôi các bước.

Đấu tranh cho đường ĐẾN sự vâng phục. Ân điển trao quyền Của tôi phản ứng.

SỰ CAM KẾT ĐẾN VÂNG LỜI

Hôm nay, TÔI làm ĐẾN trả lời khi Chúa Tôi sẽ không trì hoãn hay thương lượng.

TÔI sẽ tuân theo cái Từ TÔI nghe.

NHÌN PHÍA TRƯỚC ĐẾN NGÀY TÁM

Sự can thiệp của Augustine đã dẫn đến **quyết định** — nhưng quyết định lại dẫn đến...

sự từ bỏ .

Ngày mai chúng tôi sẽ đối mặt cái trị giá của vâng lời:

Cái gì phải ngã xa khi duyên dáng lấy giữ?

NGÀY TÁM

KHI ÂN SỦNG ĐÒI HỎI TỪ BỎ ĐỨC TIN

KEY TẬP TRUNG KINH THÁNH

"Nếu như bất cứ ai mong muốn ĐẾN đến sau đó Tôi, cho phép anh ta từ chối chính anh ấy, Và lấy lên anh ấy đi qua hằng ngày, Và theo Tôi."

— Luke 9:23

"Đặt tắt, liên quan đến của bạn trước chỉ đạo, cái cũ người đàn ông cái mà trở nên tham nhũng theo ĐẾN cái lừa dối dục vọng."

— Ê-phê-sô 4:22

"Nhưng bất cứ điều gì đồ đạc đã từng nhận được ĐẾN Tôi, những cái này TĈ có đã đếm sự mất mát vì Chúa Kitô."

— Phi-líp 3:7–8

"Cho phép chúng ta đặt nằm ngoài ra mọi cân nặng, Và cái tội lỗi cái mà Vì th một cách dễ dàng bẫy chúng ta."

— Hê-bơ-rơ 12:1

CỦA AUGUSTINE SỐNG CHỐC LÁT

Khi duyên dáng Cuối cùng phá sản bởi vì, **Augustine của Hà mã** làm không đơn giản Cảm thấy được tha thứ.

Anh ta **đã thay đổi phương hướng** .

Duyên dáng làm không thương lượng với của anh ấy cũ mạng sống. Nó làm không lời đề nghị sự cùng tồn tại. Nó yêu cầu sự từ bỏ. Augustine hiểu cái đó đầu hàng có nghĩa là Không chỉ là sự đồng thuận nội bộ, mà nó còn đòi hỏi sự tách biệt rõ ràng khỏi các khuôn mẫu, tham vọng, Và tệp đính kèm cái đó có thể KHÔNG dài hơn duy trì.

Cái này đã từng là không

Hình phạt. Đó là sự sắp

xếp.

Duyên dáng có được giải phóng anh ta, Nhưng tự do yêu cầu giải phóng.

MẠNG SỐNG BÀI HỌC

Duyên dáng làm không chỉ một giải cứu—nó đặt hàng lại.

Từ bỏ là không cái giá chúng tôi chi trả vì duyên dáng; Nó là cái **hoa quả** của duyên dáng. Khi Chúa nắm giữ tấm lòng, một số điều không thể tồn tại mãi được nữa—không phải vì chúng luôn mang vẻ tội lỗi, mà vì chúng tranh giành quyền lực.

Từ bỏ câu trả lời một câu hỏi rõ ràng:

Ai là TRONG thù lao Hiện nay?

Cái gì chúng tôi từ chối ĐẾN giải phóng sau cùng chống lại của chúng tôi vâng lời.

GƯƠNG CHỐC LÁT (RIÊNG TƯ SỰ PHẢN XẠ)

Ngồi Thành thật với những cái này câu hỏi:

- Cái gì làm duyên dáng miễn phí Bạn từ cái đó Bạn là vẫn đang cầm Tiê tục?
- Có mối quan hệ, thói quen hay tham vọng nào có thể cạnh tranh với quyền năng của Chúa không?
- Cái gì có Chúa đã được nhấn mạnh BẰNG Một "cân nặng," không chỉ Một tội lỗi?

LÀM không Biện minh. Nghe.

HOẠT ĐỘNG VÌ VÂNG LỜI

Hôm nay, thực hành có chủ đích sự từ bỏ.

- Nhận dạng **một điều** Chúa là hỏi Bạn ĐẾN giải phóng
- Tên Nó rõ ràng trước Anh ta
- Lấy Một hữu hình bước chân ĐẾN buông tha từ Nó

Từ bỏ trở thành thực tế khi Nó là đã hành động trên.

NHÓM CUỘC THẢO LUẬN CÂU HỎI

1. Tại sao làm sự từ bỏ cảm thấy giống sự mất mát thậm chí khi Nó dẫn đầu ĐẾN tự do?
2. Làm sao Có thể Tốt đồ đạc trở nên Trọng lượng?

3. Cái gì là cái sự khác biệt giữa quản lý tội lỗi Và đóng đinh Nó?

CẦU NGUYỆN

Bố, TÔI cám ơn Bạn vì cái duyên dáng cái đó có đã liên lạc với tôi. Đưa cho Tôi lòng can đảm ĐẾN giải phóng Gì KHÔNG dài hơn thuộc về TRONG Của tôi Cuộc sống. Tôi chọn sự hài hòa hơn là sự ràng buộc.

TÔI đầu hàng hoàn toàn—không Một phần nào đó. Amen.

TIÊN TRI TUYÊN NGÔN

Duyên dáng quản lý Của tôi mạng sống.

Mọi cạnh tranh tệp đính kèm là thua của nó giữ.

TÔI đi bộ miễn phí bởi vì TÔI có phát hành Gì một lần ràng buộc Tôi. Chỉ có Chúa Kitô mới là Chúa tể.

SỰ CAM KẾT ĐẾN VÂNG LỜI

Hôm nay, TÔI từ bỏ Gì Chúa có Tôi đã nhận ra. Tôi sẽ không bám víu vào những gì ân điển đã vượt qua. Tôi chọn tự do bởi vì đầu hàng.

NHÌN PHÍA TRƯỚC ĐẾN NGÀY CHÍN

Sự từ bỏ tạo ra khoảng trống—nhưng khoảng trống đó cần được **lấp đầy** . Ngày mai chúng tôi sẽ khám phá Gì theo sau giải phóng:

Cái gì xảy ra khi Chúa bắt đầu ĐẾN sắp xếp lại sự mong muốn Và xây dựng Các ngành học mới ?

NGÀY CHÍN

KHI CHÚA SẮP XẾP LẠI KHÁT VỌNG VÀ XÂY DỰNG NHỮNG THÓI QUEN MỚI

KEY TẬP TRUNG KINH THÁNH

"Niềm vui bản thân bạn Mà còn TRONG cái Chúa ơi, Và Anh ta nên đưa cho Bạn cái những khát vọng trong lòng bạn."

— Thánh vịnh 37:4

"Là đã biến đổi qua cái đổi mới của của bạn tâm trí."

— người La Mã 12:2

"Những thứ kia Ai thuộc về ĐẾN Chúa Kitô Chúa Giê-su có bị đóng đinh cái thịt với của nó đam mê và mong muốn."

— người Galati 5:24

"Kỷ luật bản thân bạn vì cái mục đích của sự thánh thiện."

— 1 Timothy 4:7

CỦA AUGUSTINE SỐNG CHỐC LÁT

Sau khi từ bỏ thế tục, **Augustine của Hà Mã** không cho rằng trận chiến đã kết thúc.

Duyên dáng có được giải phóng anh ấy—nhưng tự do có ĐẾN là **được thành lập** .

Cái cũ mong muốn làm không biến mất qua đêm. Cái sự khác biệt đã từng là cái đó họ không còn đã phán quyết. Augustine hiểu cái đó Chúa làm không chỉ di dời Ham muốn tội lỗi; Ngài **sắp xếp lại tình yêu** . Điều từng thống trị trái tim giờ đây được thay thế bởi một điều khác. lớn hơn.

Cái này sắp xếp lại yêu cầu chủ đích. Augustine được đón nhận lời cầu nguyện, Kinh thánh và nhịp sống có kỷ luật—không phải như nghĩa vụ tôn giáo, mà như những con đường để ân điển định hình những bản năng mới.

Tự do đã từng là Hiện nay hiện tại đã được đào tạo.

MẠNG SỐNG BÀI HỌC

Chúa biến đổi chúng ta qua định hình lại Gì chúng tôi yêu.

Ham muốn không biến mất—mà chỉ được chuyển hướng. Đời sống Kitô giáo không phải là kìm nén khát vọng, mà là vun đắp tình yêu thánh thiện. Điều gì chiếm được trái tim cuối cùng sẽ chi phối hành vi.

Những thói quen mới không phải là nỗ lực để được ân huệ. Chúng là phản hồi ĐẾN duyên dáng.

Kỷ luật tạo ra không gian vì sự mong muốn ĐẾN thay đổi.

GƯƠNG CHỐC LÁT (RIÊNG TƯ SỰ PHẢN XẠ)

Phản ánh trong lời cầu nguyện:

- Cái gì mong muốn có Chúa đã bắt đầu ĐẾN sự thay đổi TRONG Bạn?
- Cái mà cũ thói quen là KHÔNG dài hơn phán quyết, Nhưng vẫn hiện tại?
- Cái gì mới thực hành có thể tăng cường của bạn sự căn chỉnh với Chúa?

LÀM không khinh miệt bé nhỏ sự khởi đầu. Sự hình thành là Dần dần.

HOẠT ĐỘNG VÌ VÂNG LỜI

Hôm nay, thành lập **một thánh thói quen** . Chọn một:

- MỘT bộ thời gian vì lời cầu nguyện
- Hằng ngày Kinh thánh đọc
- Im lặng Và sự phản xạ
- Cố ý trách nhiệm giải trình

Làm ĐẾN Nó vì cái Kế tiếp bảy ngày—không phải Hoàn hảo, Nhưng một cách trung thực.

NHÓM CUỘC THẢO LUẬN CÂU HỎI

1. Tại sao làm kỷ luật cảm thấy hạn chế trước Nó cảm thấy giải phóng?
2. Làm sao LÀM thói quen hình dạng sự mong muốn theo thời gian?
3. Cái gì thực hành có hầu hết giúp đỡ Bạn duy trì căn chỉnh với Chúa?

CẦU NGUYỆN

Bố, cám ơn Bạn vì giải phóng Tôi qua Của bạn duyên dáng.

Dạy bảo Tôi ĐẾN yêu Gì Bạn yêu.

Sắp xếp lại những ham muốn của tôi và rèn luyện bản năng hướng đến sự thánh thiện. Xây dựng thói quen TRONG Của tôi mạng sống cái đó giữ Tôi căn chỉnh với Bạn.

Amen.

TIÊN TRI TUYÊN NGÔN

Của tôi mong muốn là hiện tại sắp xếp lại qua Chúa ơi. Tôi vui mừng nơi Chúa hơn tất cả mọi thứ.

đang hình thành những thói quen mới giúp củng cố đức tin của mình. Tôi đang được biến đổi mỗi ngày.

SỰ CAM KẾT ĐẾN VÂNG LỜI

Hôm nay, TÔI làm ĐẾN kỷ luật sự căn chỉnh.

TÔI sẽ canh tác thói quen cái đó nuôi Của tôi sự tận tâm ĐẾN Chúa ơi. Con chọn sự rèn luyện hơn là sự quen thuộc.

NHÌN PHÍA TRƯỚC ĐẾN NGÀY MƯỜI

BẰNG của Augustine mong muốn đã từng sắp xếp lại, Chúa bắt đầu ĐẾN **ủy thác anh ta Với tinh thần trách nhiệm** .

Ngày mai chúng tôi sẽ khám phá Một tỉnh táo sự thật:

Tự do là không cái kết thúc—quản lý theo sau duyên dáng.

NGÀY MƯỜI

KHI ÂN SỦNG GIAO PHÓ TRÁCH NHIỆM

KEY TẬP TRUNG KINH THÁNH

"ĐẾN ai nhiều là được cho, từ anh ta nhiều sẽ là yêu cầu."

— Luke 12:48

"Hơn thế nữa Nó là yêu cầu TRONG người quản lý cái đó một là thành lập trung thành."

— 1 Cô-rinh-tô 4:2

"Là người thực hiện của cái từ, Và không người nghe chỉ một."

— James 1:22

"Chúng tôi là đại sứ vì Chúa Kitô."

— 2 Cô-rinh-tô 5:20

CỦA AUGUSTINE SỐNG CHỐC LÁT

BẰNG duyên dáng sắp xếp lại của anh ấy mong muốn Và ổn định của anh ấy vâng lời, **Augustine Hippo** đã bước vào một mùa giải mới.

Chúa bắt đầu ĐẾN **ủy thác anh ta với trách nhiệm** .

Augustine không tìm kiếm ảnh hưởng. Ông tìm kiếm sự trung thành. Tuy nhiên, trách nhiệm luôn đi kèm với sự chuyển đổi. Lời nói của ông có trọng lượng. Hành vi của ông được mọi người quan sát. Sự vâng lời của ông bắt đầu ảnh hưởng đến người khác.

Ân điển không chỉ cứu sống anh ta, mà còn đặt anh ta vào vị trí thuận lợi.

Sự thay đổi này thật đáng suy ngẫm. Augustine hiểu rằng tự do không phải là sự cho phép. ĐẾN sống một cách tình cờ—nó đã từng là Một gọi

ĐẾN sống **cẩn thận** . Của anh ấy mạng sống đã từng là KHÔNG Không còn là vấn đề riêng tư nữa . Nó đang được đọc.

MẠNG SỐNG BÀI HỌC

Duyên dáng luôn luôn dẫn đầu ĐẾN quản lý.

Chúa làm không miễn phí chúng ta Vì thế chúng tôi Có thể trở lại ĐẾN tự định hướng cuộc sống. Anh ta giải phóng chúng ta để chúng ta có thể đại diện cho Ngài một cách tốt nhất. Mỗi ân tứ đều mang một nhiệm vụ—dù hữu hình hay vô hình.

Trách nhiệm không phải là

áp lực. Đó là sự tin tưởng.

Khi Chúa giao phó trách nhiệm, Ngài không đòi hỏi sự hoàn hảo—Ngài đang kêu gọi **sự trung thành** .

GƯƠNG CHỐC LÁT (RIÊNG TƯ SỰ PHẢN XẠ)

Phản ánh Thành thật:

- Ở đâu có Chúa đã được giao phó Bạn với ảnh hưởng?
- Ai là ảnh hưởng qua của bạn vâng lời hoặc Sự bất tuân?
- Có Bạn được điều trị duyên dáng BẰNG sự cứu tế thay vì của trách nhiệm?

Cho phép những cái này câu hỏi tìm kiếm của bạn trái tim.

HOẠT ĐỘNG VÌ VÂNG LỜI

Hôm nay, nhận dạng **một khu vực của quản lý**

TRONG của bạn cuộc sống. Nó có thể là:

- MỘT mối quan hệ
- MỘT vai trò
- MỘT quà
- MỘT lời khai

Hỏi Chúa:

"Làm sao Có thể TÔI đại diện Bạn trung thành đây?"

Sau đó lấy một cố ý hoạt động cái đó phản ánh Chúa Kitô.

NHÓM CUỘC THẢO LUẬN CÂU HỎI

1. Tại sao LÀM chúng tôi Thỉnh thoảng kháng cự trách nhiệm sau đó tự

2. Làm sao làm quản lý khác nhau từ áp lực?
3. Cái gì làm Nó nghĩa là ĐẾN sống BẰNG Một dễ thấy tiêu biểu của Chúa Kitô?

CẦU NGUYỆN

Bố, cám ơn Bạn vì cái duyên dáng cái đó có đã thay đổi Tôi.

Dạy bảo Tôi ĐẾN mang trách nhiệm với sự khiêm nhường Và sự trung thành. Giúp đỡ Tôi đại diện Bạn Tốt TRONG mọi địa điểm Bạn có được giao phó ĐẾN Tôi. Tôi chọn quản lý qua sự tiện lợi.

Amen.

TIÊN TRI TUYÊN NGÔN

TÔI là Một trung thành quản gia của Của Chúa duyên dáng.

Cuộc sống của tôi phản ánh hình ảnh Chúa Kitô ở bất cứ nơi nào tôi hiện diện. Trách nhiệm giúp tôi càng thêm vâng phục.

TÔI sống BẰNG MỘT đại sứ của Chúa Kitô.

SỰ CAM KẾT ĐẾN VÂNG LỜI

Hôm nay, TÔI làm ĐẾN trung thành quản lý.

TÔI sẽ sống cố ý, biết Của tôi mạng sống là đọc qua những người khác. Tôi chọn sự trung thành TRONG Gì Chúa có được giao phó ĐẾN Tôi.

NHÌN PHÍA TRƯỚC ĐẾN NGÀY MƯỜI MỘT

BẰNG trách nhiệm tăng, Augustine được phát hiện Một mới thử thách:

Làm sao LÀM Bạn duy trì khiêm tốn khi ảnh hưởng phát triển?

Ngày mai chúng tôi sẽ đối mặt Một tinh tế sự nguy hiểm:

Khi tính hữu ích đe dọa sự phụ thuộc TRÊN Chúa.

NGÀY MƯỜI MỘT

CÁI SỰ NGUY HIỂM CỦA TÍNH HỮU ÍCH KHI KHÔNG CÓ SỰ PHỤ THUỘC

KEY TẬP TRUNG KINH THÁNH

"Không có Tôi Bạn Có thể LÀM Không có gì."

—John 15:5

"Cho phép anh ta Ai nghĩ Anh ta giá đỡ lấy chú ý e rằng Anh ta ngã."

— 1 Cô-rinh-tô 10:12

"Chúng tôi có cái này kho báu TRONG đất sét tàu thuyền, cái đó cái sự xuất sắc của cái quyền lực có thể là của Chúa Và không của chúng ta."

— 2 Cô-rinh-tô 4:7

"Không cái đó chúng tôi là hợp lý của chính chúng ta... Nhưng của chúng tôi đủ là từ Chúa."

— 2 Cô-rinh-tô 3:5

CỦA AUGUSTINE SỐNG CHỐC LÁT

BẰNG trách nhiệm tăng, **Augustine của Hà mã** trở thành ngày càng hữu ích.

Mọi người đã lắng nghe. Cuộc sống đã từng được định hình. Sự thật đã từng là đã được làm rõ.

Và cái đó đã từng là chính xác cái sự nguy hiểm.

Thánh Augustine hiểu rằng sự hữu ích có thể âm thầm thay thế sự phụ thuộc nếu sự cảnh giác bị đánh mất. Chính những món quà Chúa ban tặng có thể trở thành vật thay thế cho chính Chúa. Ảnh hưởng có thể làm giảm bớt sự tuyệt vọng. Sự quen thuộc với chân lý có thể làm giảm bớt khao khát ân sủng.

Augustine chống lại cái này trôi dạt cố ý. Anh ta được ghi nhớ cũng vậy rõ ràng Ông ta đã từng là người như thế nào khi không có ân điển. Ông ta từ chối tin tưởng vào trực giác của mình hơn là sự hiện diện của Chúa.

Tính hữu dụng không gây ấn tượng
với anh ta. Sự phụ thuộc mới là
điều níu giữ anh ta.

MẠNG SỐNG BÀI HỌC

Chúa mong muốn sự phụ thuộc hơn hơn tính hữu ích.

Sự sinh sôi nảy nở không có sự phụ thuộc là Không bền vững. Kinh thánh dạy Điều đó có nghĩa là cành cây không kết trái nhờ nỗ lực mà nhờ việc luôn gắn liền với cây nho.

Tính hữu ích trở thành nguy hiểm khi:

- Chúng tôi phụ thuộc TRÊN tặng quà thay vì của duyên dáng
- Chúng tôi thay thế hoạt động vì sự thân mật
- Chúng tôi lòng tin kinh nghiệm hơn hơn Chúa

Sự phụ thuộc giúp duy trì kênh liên lạc. Nếu thiếu nó, ngay cả những việc làm tốt cũng trở nên vô nghĩa.

GƯƠNG CHỐC LÁT (RIÊNG TƯ SỰ PHẢN XẠ)

Phản ánh cẩn thận:

- Ở đâu có Chúa làm ra Bạn hiệu quả hoặc có kết quả tốt?
- Có hiệu quả giảm của bạn giác quan của nhu cầu vì Chúa?
- Là Bạn dựa vào TRÊN quá khứ gặp gỡ thay vì của hiện tại sự phụ thuộc?

Cho phép những cái này câu hỏi hiệu chỉnh lại của bạn trái tim.

HOẠT ĐỘNG VÌ VÂNG LỜI

Hôm nay, luyện tập **cố ý sự phụ thuộc** .

- Tạm dừng trước mọi nhiệm vụ quan trọng
- Thừa nhận Chúa bằng lời nói:
  "Lạy Chúa, TÔI nhu cầu Bạn vì cái này."
- Từ chối ĐẾN phụ thuộc chỉ TRÊN kinh

nghiệm hoặc Sự phụ thuộc vào kỹ năng là

không điểm yếu—nó là khôn ngoan.

NHÓM CUỘC THẢO LUẬN CÂU HỎI

1. Tại sao làm tính hữu ích thường làm suy yếu sự phụ thuộc?
2. Làm sao Có thể tâm linh thành công tạo nên tâm linh Lỗ hổng bảo mật?
3. Cái gì thực hành giúp đỡ duy trì sự thân mật với Chúa Trong bối cảnh trách nhiệm?

CẦU NGUYỆN

Bố, TÔI xưng cái đó TÔI Thỉnh thoảng phụ thuộc TRÊN Gì Bạn có được cho Tôi thay vì dựa vào bạn.

Khôi phục Của tôi sự phụ thuộc.

Dạy bảo Tôi ĐẾN duy trì đã kết nối ĐẾN Bạn

TRONG tất cả Tôi chọn sự thân mật hơn là sự

độc lập .

Amen.

TIÊN TRI TUYÊN NGÔN

TÔI duy trì sự phụ thuộc TRÊN Chúa.

Của tôi đủ là không TRONG Của tôi khả năng

Nhưng TRONG Của anh ấy Ân điển. Hoa trái đến

từ sự thân mật, chứ không phải từ nỗ lực.

TÔI tuân thủ TRONG Chúa Kitô hằng ngày.

SỰ CAM KẾT ĐẾN VÂNG LỜI

Hôm nay, TÔI làm ĐẾN tuân thủ TRONG Chúa Kitô.

TÔI sẽ không lòng tin Của tôi tính hữu ích hơn hơn

Của Chúa sự hiện diện. Tôi chọn sự phụ thuộc Tại

mọi sân khấu của sự màu mỡ.

NHÌN PHÍA TRƯỚC ĐẾN NGÀY MƯỜI HAI

BẰNG Augustine vẫn còn sự phụ thuộc, Chúa cho phép anh ta ĐẾN khuôn mặt Điều gì đó sâu sắc hơn cả sự hữu ích hay thất bại:

Đính chính.

Ngày mai chúng tôi sẽ đối mặt Một tinh chế sự thật:

Làm sao làm Một trung thành người hầu nhận được sửa lỗi không có sức chống cự?

NGÀY MƯỜI HAI
KHI CHÚA SỬA CHỮA NHỮNG NGƯỜI NGÀI TIN TƯỞNG

KEY TẬP TRUNG KINH THÁNH

"Vì ai cái Chúa tình yêu Anh ta trừng phạt, Và tai họa mọi con trai mà Ngài nhận lấy."

— Hê-bơ-rơ 12:6

"BẰNG nhiều BẰNG TÔI yêu, TÔI quở trách Và trừng phạt. Vì thế là nhiệt thành Và ăn năn."

— Khải Huyền 3:19

"Cho phép Một công chính người đàn ông đánh đập Tôi; Nó nên là Một lòng tốt."

— Thánh vịnh 141:5

"Toàn bộ Kinh Thánh đều được Đức Chúa Trời soi dẫn và có ích cho giáo lý, cho sự khiển trách, vì đính chính, vì chỉ dẫn TRONG sự công chính."

— 2 Timothy 3:16

CỦA AUGUSTINE SỐNG CHỐC LÁT

Khi **Thánh Augustine thành Hippo** ngày càng có ảnh hưởng và trách nhiệm lớn lao, Chúa vẫn không loại bỏ sự sửa phạt khỏi cuộc đời ông.

Anh ta **tăng Nó** .

Sửa lỗi đã đến bởi vì Kinh Thánh.

Thông qua những nguồn đáng tin cậy.

Bởi vì trường hợp cái đó để lộ ra mù các đốm.

Augustine không hiểu sự sửa sai là sự bác bỏ. Ông nhận ra đó là **bằng chứng. của lòng tin** . Chúa sửa chữa Gì Anh ta dự định ĐẾN giữ. Anh ta các ngành Những gì anh ấy dự định sử dụng.

Thay vì chống cự, Augustine đã tiến lên.
(Sửa lỗi) làm không giảm bớt của anh ấy
Quyền lực. Nó đã tinh chỉnh nó.

MẠNG SỐNG BÀI HỌC

Sửa lỗi là Một dấu hiệu của con trai, không sự thất bại.

Những người mà Chúa không sửa dạy thì không được chuẩn bị—họ đan bị bên trái một mình. Kinh thánh làm cho Nó thông thoáng: sửa lỗi là bằng chứng của mối quan hệ.

Tâm linh sự trưởng thành là không tiết lộ qua cái vắng mặt của đính chính Nhưng qua cái

phản ứng ĐẾN Nó.

Sự sửa sai giúp giảm bớt lòng kiêu ngạo, mài sắc khả năng phân biệt và duy trì năng suất.

GƯƠNG CHỐC LÁT (RIÊNG TƯ SỰ PHẢN XẠ)

Phản ánh Thành thật:

- Làm sao LÀM Bạn thường xuyên trả lời ĐẾN Sửa lỗi?
- LÀM Bạn nhận được quở trách phòng thủ hoặc có khả năng nhận biết?
- Có Chúa là làm nổi bật MỘT khu vực cái đó yêu cầu Điều chỉnh?

LÀM không cây bấc quá khứ sự kết tội. Nhận được Nó BẰNG yêu.

HOẠT ĐỘNG VÌ VÂNG LỜI

Hôm nay, luyện tập **khả năng tiếp thu** .

- Mời Chúa ĐẾN tìm kiếm của bạn trái tim (Thi thiên) 139:23–24)
- Nghe cẩn thận ĐẾN Kinh thánh Và luật sư
- Nếu như sửa lỗi là thông thoáng, trả lời không có trì hoãn

Sửa lỗi gấu hoa quả khi Nó là đã hành động trên.

NHÓM CUỘC THẢO LUẬN CÂU HỎI

1. Tại sao làm sửa lỗi cảm thấy đe dọa ĐẾN cái cái tôi?
2. Làm sao Có thể sửa lỗi bảo tồn dài hạn sự màu mỡ?
3. Cái gì phân biệt thần thánh sửa lỗi từ sự lên án?

CẦU NGUYỆN

Bố, cám ơn Bạn vì yêu thương Tôi đủ ĐẾN Chính xác Tôi.

Hãy xóa bỏ phòng thủ từ Của tôi trái tim.

Dạy bảo Tôi ĐẾN nhận được chỉ dẫn với sự khiêm nhường Và lòng biết ơn.

Hình dạng Tôi vào trong Một tàu Bạn

Có thể Niềm tin. Amen.

TIÊN TRI TUYÊN NGÔN

TÔI nhận được Của Chúa sửa lỗi với Sự khiêm nhường. Sự sửa sai giúp tôi hoàn thiện hơn; nó không bác bỏ tôi.

TÔI phát triển mạnh hơn bởi vì Của Chúa yêu thương Kỷ luật. Tôi luôn sẵn sàng học hỏi từ Chúa.

SỰ CAM KẾT ĐẾN VÂNG LỜI

Hôm nay, tôi cam kết đón nhận sự góp ý mà không phản kháng . sẽ trả lời nhanh Ở đâu Chúa tù nhân Tôi.

TÔI chọn sự phát triển qua kiêu hãnh.

NHÌN PHÍA TRƯỚC ĐẾN NGÀY MƯỜI BA

BẰNG Augustine đã gửi ĐẾN đính chính, Chúa bắt đầu ĐẾN làm sâu sắc thêm Điều thiết yếu cho khả năng lãnh đạo và sự bền vững:

Lòng trắc ẩn.

Ngày mai chúng tôi sẽ khám phá:

Làm sao sự đổ vỡ trở thành Một nguồn của sự dịu dàng hơn là hơn vị đắng

NGÀY MƯỜI BA
TỪ SỰ VỠ VỠ ĐẾN LÒNG THƯƠNG CẢM

KEY TẬP TRUNG KINH THÁNH

"Được ban phước là cái nhân từ, vì họ nên đạt được lòng thương xót."

— Matthew 5:7

"Hãy an ủi những người đang gặp khó khăn bằng chính sự an ủi mà chúng ta nhận được từ Chúa."

— 2 Cô-rinh-tô 1:4

"Nhớ những thứ kia Ai là bị ràng buộc, BẰNG nếu như ràng buộc với họ."

— Hê-bơ-rơ 13:3

"MỘT bầm tím cây lau Anh ta sẽ không phá vỡ."

— Ê-sai 42:3

CỦA AUGUSTINE SỐNG CHỐC LÁT

BẰNG **Augustine của Hà mã** trưởng thành TRONG sự tin tưởng, thứ gì đó im lặng Nhưng Một sự kiện trọng đại đã xảy ra.

Của anh ấy quá khứ dừng lại cáo buộc anh ấy—và bắt đầu **hướng dẫn anh ta**

.

Augustine không quên mình đã từng là ai. Ông cho phép ân điển định hình lại câu chuyện của mình. Những thất bại từng gây ra sự xấu hổ giờ đây lại tạo ra sự cảm thông . như nhau đấu tranh cái đó một lần nô lệ anh ta Hiện nay giúp đỡ anh ta nhận ra nỗi đau trong những trường hợp khác.

Ông ấy sửa lỗi mà không hề tỏ ra
tàn nhẫn. Ông ấy đối mặt tội lỗi
không có sự khinh miệt.
Ông dẫn dắt những người yếu đuối mà không hề
thiếu kiên nhẫn. Sự đổ vỡ, đã lành qua duyên dáng,

trở thành lòng thương cảm.

MẠNG SỐNG BÀI HỌC

Đã lành sự đổ vỡ sản xuất sự dịu dàng, không sự vượt trội.

Chúa làm không xóa của chúng tôi quá khứ; Anh ta đổi lấy Nó. Khi sự đổ vỡ là đã gửi tới duyên dáng, Nó trở thành Một cầu hơn là hơn Một rào cản. Lòng thương xót là sinh không Từ xa, nhưng vẫn từ trong ký ức.

Những thứ kia Ai quên Ở đâu họ đã từng được giải cứu từ thường thua tính kiên nhẫn với những người khác.

Những thứ kia Ai nhớ trở nên dịu dàng không có trở thành Dễ dãi.

GƯƠNG CHỐC LÁT (RIÊNG TƯ SỰ PHẢN XẠ)

Phản ánh trong lời cầu nguyện:

- Cái gì các bộ phận của của bạn quá khứ có Chúa đã đã được chuộc lại?
- Ở đâu có thể của bạn đã lành vết thương là có nghĩa là ĐẾN phục vụ người khác?
- LÀM Bạn Chính xác người khác với tính kiên nhẫn hoặc Cảm giác thất vọng?

Hỏi Chúa ĐẾN căn chỉnh của bạn trái tim với Của anh ấy.

HOẠT ĐỘNG VÌ VÂNG LỜI

Hôm nay, luyện tập **cố ý lòng thương cảm** .

- Nhận dạng một người Ai là đang gặp khó khăn
- Trả lời với tính kiên nhẫn hơn là hơn phán quyết
- Lời đề nghị sự hiện diện, lời cầu nguyện, hoặc sự khích lệ

Cho phép duyên dáng chảy bên ngoài BẰNG Nó một lần chảy ĐẾN Bạn.

NHÓM CUỘC THẢO LUẬN CÂU HỎI

1. Làm sao Có thể ghi nhớ của chúng tôi quá khứ bảo vệ chúng ta từ tâm linh kiêu hãnh?
2. Cái gì là cái sự khác biệt giữa lòng thương xót Và thỏa hiệp?
3. Làm sao làm Chúa sử dụng của chúng tôi những câu chuyện ĐẾN phục vụ người khác?

CẦU NGUYỆN

Bố, cám ơn Bạn vì chuộc lại Của tôi sự đổ vỡ. Dạy Tôi ĐẾN mở rộng cái như nhau lòng thương xót TÔI có Đã nhận được. Xin bảo vệ trái tim con khỏi sự khắc nghiệt.

Cho phép lòng thương xót chảy bởi vì Tôi BẰNG chứng cớ của Của bạn Ân điển. Amen.

TIÊN TRI TUYÊN NGÔN

Của tôi trái tim phản ánh cái lòng thương xót của Chúa. Duyên dáng có đã biến đổi Của tôi sự đổ vỡ vào trong lòng thương cảm. Tôi trả lời ĐẾN người khác với tính kiên nhẫn Và yêu.

Cái lòng thương xót TÔI có đã nhận, TÔI tự do đưa cho.

SỰ CAM KẾT ĐẾN VÂNG LỜI

Hôm nay, TÔI làm ĐẾN đi bộ với lòng thương cảm. TÔI sẽ không quên Ở đâu Chúa được giải cứu Tôi Từ. Tôi chọn sự dịu dàng hình dạng qua sự thật.

NHÌN PHÍA TRƯỚC ĐẾN NGÀY MƯỜI BỐN

BẰNG lòng thương xót sâu hơn, Augustine gặp phải Một mới Căng thẳng: **Như thế nào LÀM Bạn yêu mọi người sâu sắc không có thua sự rõ ràng của Sự thật?** Ngày mai chúng ta sẽ cùng khám phá:

Giữ sự thật Và yêu không có thỏa hiệp.

NGÀY MƯỜI BỐN

SỰ THẬT NÓI TRONG YÊU

KEY TẬP TRUNG KINH THÁNH

"Nói chuyện cái sự thật TRONG yêu, chúng tôi có thể phát triển hướng lên TRONG tất cả đồ đạc vào trong Đấng là đầu - chính là Chúa Kitô.

— Ê-phê-sô 4:15

"Cho phép của bạn lời nói luôn luôn là với duyên dáng, gia vị với muối."

— Cô-lô-xi 4:6

"Trung thành là cái vết thương của Một bạn bè."

— Châm ngôn 27:6

"Cái khôn ngoan cái đó là từ bên trên là Đầu tiên nguyên chất, sau đó hòa bình, dịu dàng."

— James 3:17

CỦA AUGUSTINE SỐNG CHỐC LÁT

BẰNG **Augustine của Hà mã** đã trưởng thành, Anh ta đã từng là ngày càng gọi điện ĐẾN đối mặt với sai lầm, lú lẫn, Và tội lỗi—cả hai TRONG cá nhân Và TRONG cái Nhà thờ.

Ông biết sự nguy hiểm của những lời nói thẳng thừng. Ông Mà còn biết cái sự nguy hiểm của im lặng yêu.

Augustine có sống TRÊN cả hai các mặt. Anh ta có một lần là đã sửa không có lòng thương xót Và có chống lại Nó. Hiện nay, hình dạng qua duyên dáng, Anh ta đã học được ĐẾN nói chuyện sự thật trong Một đường cái đó được mời sự ăn năn hối lỗi hơn là hơn tính phòng thủ.

Anh ta làm không pha loãng sự thật ĐẾN bảo tồn hòa bình.

Anh ta làm không vũ khí hóa sự thật ĐẾN khẳng định kiểm soát. Anh ta đã nói BẰNG một Ai có là Đã lành.

MẠNG SỐNG BÀI HỌC

Chân lý và tình yêu không phải là đối lập; chúng là bạn đồng hành. Chân lý mà thiếu tình yêu sẽ trở thành sự tàn nhẫn.

Yêu không có sự thật trở thành thỏa hiệp.

Tâm linh sự trưởng thành là tiết lộ không qua tránh né cứng cuộc trò chuyện, Nhưng Điều đó phụ thuộc vào **cách** chúng ta tương tác với họ. Kinh Thánh dạy rằng sự trưởng thành xảy ra khi lẽ thật được nói ra với sự khiêm nhường, kiên nhẫn và sự quan tâm chân thành đến sự phục hồi của người khác .

Tình yêu quyết định **giọng điệu** . Sự thật Xác định **hướng**

.

GƯƠNG CHỐC LÁT (RIÊNG TƯ SỰ PHẢN XẠ)

Phản ánh Thành thật:

- LÀM Bạn tránh xa sự thật ĐẾN giữ hòa bình?
- Hoặc LÀM Bạn nói chuyện sự thật không có về vì mềm mại?
- Làm sao làm của bạn âm thanh phản ánh của bạn trái tim?

Mời Chúa ĐẾN tìm kiếm cả hai của bạn từ Và động cơ của bạn .

HOẠT ĐỘNG VÌ VÂNG LỜI

Hôm nay, luyện tập **trung thực yêu** .

- Nhận dạng một cuộc hội thoại Bạn có tránh né hoặc xử lý sai
- Cầu nguyện vì sự khiêm nhường Và sự rõ ràng
- Nếu như phù hợp, lấy một bước chân theo hướng trung thực, cuộc đối thoại lịch sự

LÀM không mục tiêu ĐẾN thắng. Mục tiêu ĐẾN khôi phục.

NHÓM CUỘC THẢO LUẬN CÂU HỎI

1. Tại sao là Nó khó ĐẾN giữ sự thật Và yêu cùng nhau?
2. Làm sao làm nỗi sợ ảnh hưởng của chúng tôi giao tiếp?
3. Cái gì phân biệt thần thánh sửa lỗi từ riêng tư Lời chỉ trích?

CẦU NGUYỆN

Bố, dạy bảo Tôi ĐẾN nói chuyện sự thật BẰNG Bạn LÀM.

Di dời sự khắc nghiệt từ Của tôi từ Và nỗi sợ từ Của tôi vâng

lời. Hãy để yêu hình dạng Của tôi âm thanh Và sự thật hướng dẫn Của tôi tin nhắn.
Sử dụng Của tôi từ ĐẾN chữa lành,
không gây hại. Amen.

TIÊN TRI TUYÊN NGÔN

Của tôi từ phản ánh cái trái tim của
Chúa Kitô. Tôi nói sự thật với tình
yêu thương và sự rõ ràng.
Chúa sử dụng Của tôi tiếng nói ĐẾN mang đến phục hồi.
TÔI phát triển TRONG sự trưởng thành bởi vì nghe lời giao tiếp.

SỰ CAM KẾT ĐẾN VÂNG LỜI

Hôm nay, TÔI làm ĐẾN nói sự thật TRONG yêu.
Tôi sẽ không né tránh sự trung thực hay từ bỏ
lòng trắc ẩn. Tôi chọn cách giao tiếp theo
gương Chúa Kitô.

NHÌN PHÍA TRƯỚC ĐẾN NGÀY MƯỜI LĂM

BẰNG Augustine tiếp tục ĐẾN chỉ huy, Anh ta đối mặt khác thử thách:

Cái gì xảy ra khi vâng lời chi phí danh tiếng, an ủi, hoặc sự an toàn?

Ngày mai chúng tôi sẽ khám phá:

Đếm cái trị giá không có rút lui từ sự trung thành.

NGÀY MƯỜI LĂM

CÁI TRỊ GIÁ CỦA TRUNG THÀNH VÂNG LỜI

KEY TẬP TRUNG KINH THÁNH

"Bất cứ ai làm không con gấu của anh ấy đi qua Và đến sau đó Tôi không thể là Của tôi
môn đệ."

— Luke 14:27

"Đúng, Và tất cả Ai sự mong muốn ĐẾN sống thần thánh TRONG Chúa Ki Chúa Giê-su sẽ chịu đựng sự bức hại."

— 2 Timothy 3:12

"Cho phép chúng ta đi tiến lên ĐẾN Anh ta, ngoài cái trại, ổ trục Của anh ấy sự khiển trách."

— Hê-bơ-rơ 13:13

"Vì Gì sẽ Nó lợi nhuận Một người đàn ông nếu như Anh ta lợi nhuận cái trọ thế giới, Và thua của anh ấy linh hồn của chính mình ?"

— Đánh dấu 8:36

CỦA AUGUSTINE SỐNG CHỐC LÁT

Như **Augustine của Hippo** càng ngày càng trung thành, sự vâng lời bắt đầu đòi hỏi nó nhiều hơn cả nỗ lực.

Nó trị giá anh ta Sự thoải mái. Nó đã đánh đổi sự dễ chịu của anh ta.

Nó trị giá anh ta sự chấp thuận.

Đứng vững vì lẽ phải đã gặp phải sự phản đối. Dẫn dắt người khác một cách trụng thành lại dẫn đến sự hiểu lầm. Từ chối thỏa hiệp được mời sự chỉ trích. Augustine đã học được rằng vâng lời làm không luôn luôn chỉ huy ĐẾN tiếng vỗ tay—thường xuyên, Nó dẫn đầu ĐẾN sự cách ly.

Chưa Anh ta làm không rút lui.

Anh ta có đã đã học được cái đó thỏa hiệp chi phí hơn hơn vâng lời sẽ không bao giờ như vậy.

MẠNG SỐNG BÀI HỌC

Sự vâng lời luôn luôn mang Một chi phí—nhưng sự bất tuân chi phí hơn.

Chúa Giê-su không bao giờ giấu cái giá của sự môn đệ hóa. Cái gọi ĐẾN theo Anh ta bao gồm sự tự nguyện ĐẾN thua Gì không thể là giữ TRONG đặt hàng ĐẾN nhận được Gì không thể là mất.

Trung thành vâng lời kiểm tra Gì chúng tôi thực sự giá trị:

- Danh tiếng hoặc sự công chính
- An ủi hoặc gọi
- Chấp nhận hoặc lòng trung thành

Khi vâng lời trở thành đắt đỏ, Nó tiết lộ Ai chúng tôi phục vụ.

GƯƠNG CHỐC LÁT (RIÊNG TƯ SỰ PHẢN XẠ)

Phản ánh Thành thật:

- Ở đâu có vâng lời đã trị giá Bạn thứ gì đó?
- Cái gì sự mất mát là bạn nhất sợ của nếu bạn theo Chúa Hoàn toàn?
- Có Bạn bao giờ tránh né vâng lời ĐẾN bảo vệ an ủi hay danh tiếng?

Cho phép những cái này câu hỏi bề mặt sự thật không có nỗi sợ.

HOẠT ĐỘNG VÌ VÂNG LỜI

Hôm nay, thừa nhận cái chi phí—nhưng chọn vâng lời Dẫu sao thì.

- Nhận dạng một khu vực Ở đâu vâng lời cảm thấy đắt đỏ
- Tên cái nỗi sợ đính kèm ĐẾN Nó
- Đầu hàng cái đó nỗi sợ ĐẾN Chúa cố ý

Lòng trung thành phát triển khi vâng lời là được chọn cho dù trị giá.

NHÓM CUỘC THẢO LUẬN CÂU HỎI

1. Tại sao LÀM chúng tôi trông chờ vâng lời ĐẾN là thuận lợi?
2. Làm sao làm nỗi sợ của sự mất mát hình dạng của chúng tôi quyết định?
3. Cái gì giúp đỡ những người tin tưởng chịu đựng cái trị giá của Lòng trung thành?

CẦU NGUYỆN

Bố, TÔI xưng cái đó TÔI Thỉnh thoảng nỗi sợ cái trị giá của vâng phục. Xin củng cố quyết tâm của con để theo Ngài bất kể giá nào. Xin giúp đỡ . Tôi giá trị sự trung thành bên trên an ủi.

TÔI chọn lòng trung thành ĐẾN Bạn bên trên tất cả Ngoài ra. Amen.

TIÊN TRI TUYÊN NGÔN

TÔI chọn vâng lời qua an ủi.

Cái trị giá của sự trung thành sẽ không ngăn chặn Tôi. Chúa là Của tôi phần thưởng, không sự chấp thuận từ những người khác. Tôi hoàn toàn vâng phục Chúa Kitô.

SỰ CAM KẾT ĐẾN VÂNG LỜI

Hôm nay, TÔI làm ĐẾN trung thành sự vâng lời.

Tôi sẽ không lùi bước khi sự vâng lời trở nên tốn kém. Tôi chọn cái đi qua qua thỏa hiệp.

NHÌN PHÍA TRƯỚC ĐẾN NGÀY MƯỜI SÁU

BẰNG Augustine chịu đựng cái trị giá của vâng lời, Chúa được tăng cường anh ta với một cái gì đó thiết yếu:

Sự kiên trì.

Ngày mai chúng tôi sẽ khám phá:

Làm sao sự trung thành là được duy trì khi vâng lời trở thành Một dài đường.

NGÀY MƯỜI SÁU
CÁI DUYÊN DÁNG ĐẾN KIÊN TRÌ

KEY TẬP TRUNG KINH THÁNH

"Cho phép chúng ta chạy với sức bền cái loài cái đó là bộ trước chúng t

— Hê-bơ-rơ 12:1

"Anh ta Ai chịu đựng ĐẾN cái kết thúc nên là đã được cứu.

— Matthew 24:13

"Và cho phép chúng ta không phát triển mệt mỏi trong khi đang làm Tốt, vì TRONG quá hạn mùa chúng tôi sẽ gặt hái nếu như chúng tôi LÀM không thua trái tim."

— người Galati 6:9

"Là trung thành cho đến khi cái chết, Và TÔI sẽ đưa cho Bạn cái vương miện của mạng sống."

— Khải Huyền 2:10

CỦA AUGUSTINE SỐNG CHỐC LÁT

Augustine , sự vâng lời không trở nên dễ dàng hơn theo thời gian.

của Hà mã . Nó **dài ra** .

Cái sớm cường độ của đầu hàng đã đưa cho đường ĐẾN hằng ngày sự trung thành. Ở đó Không có bước ngoặt kịch tính nào cả—chỉ có sự nhất quán. Dạy dỗ. Chăn dắt. Sửa sai. Cầu nguyện. Kiên trì.

Augustine đã học được cái đó sự biến đổi là không được duy trì qua niềm đam mê một mình. Đó là được duy trì qua **được ân điển cho phép sự kiên trì** .

Ở đó đã từng ngày của sự mệt mỏi. Ngày khi phe đối lập cảm thấy nặng. Ngày khi tiến bộ có vẻ như chậm. Chưa Augustine vẫn còn—không bởi vì Anh ta đã từng là mạnh, nhưng vì Đức Chúa Trời đã trung tín.

MẠNG SỐNG BÀI HỌC

Sự kiên trì là duyên dáng được thể hiện qua thời gian.

Nhiều tín đồ bắt đầu tốt nhưng dần trở nên mệt mỏi khi sự vâng lời trở nên lặp đi lặp lại. Và vô hình. Kinh thánh nhắc nhở chúng ta cái đó sức bền là không tùy chọn—nó là thiết yếu.

Chúa làm không hỏi chúng ta ĐẾN là
Tuyệt vời. Ông ấy yêu cầu chúng ta
phải trung thành.

Sự kiên trì là không bướng bỉnh cố gắng; Nó là tiếp tục sự phụ thuộc TRÊN Sự duyên dáng hiện diện khi sức mạnh suy yếu.

GƯƠNG CHỐC LÁT (RIÊNG TƯ SỰ PHẢN XẠ)

Phản ánh Thành thật:

- Ở đâu có Bạn lớn lên mệt mỏi TRONG vâng lời?
- Cái gì sự trung thành cảm thấy không được chú ý hoặc Không được tưởng thưởng?
- Có Bạn nhầm lẫn sự chậm chạp vì sự thất bại?

Cho phép Chúa tái định hình của bạn luật xa gần.

HOẠT ĐỘNG VÌ VÂNG LỜI

Hôm nay, cam kết lại ĐẾN **nhất quán sự trung thành** .

- Nhận dạng một khu vực Ở đâu Bạn có cảm thấy mệt hoặc nản chí
- Mang đến Nó trước Chúa Thành thật
- Chọn ĐẾN tiếp tục—không có chờ vì được gia hạn cảm xúc

Sức bền thường đứng trước đổi mới.

NHÓM CUỘC THẢO LUẬN CÂU HỎI

1. Tại sao là sự kiên trì khó hơn hơn bắt đầu Tốt?
2. Làm sao làm sức bền hình dạng tâm linh sự trưởng thành?
3. Cái gì thực hành giúp đỡ những người tin tưởng duy trì trung thành qua thời gian?

CẦU NGUYỆN

Bố, TÔI xưng cái đó TÔI Thỉnh thoảng phát triển mệt mỏi TRONG đang làm Tốt. Tăng cường Tôi với Của bạn duyên dáng ĐẾN Chịu đựng.

Dạy bảo Tôi ĐẾN lòng tin cái quá trình Bạn là đang làm việc TRONG Của tô mạng sống.

TÔI chọn sự trung thành qua Cảm
xúc. Amen.

TIÊN TRI TUYÊN NGÔN

TÔI chạy Của tôi loài với
sức chịu đựng. Của Chúa
duyên dáng duy trì Tôi hằng
ngày.
TÔI LÀM không phát triển mệt mỏi hoặc thua trái tim.
TÔI hoàn thành Gì Chúa có được giao phó ĐẾN Tôi.

SỰ CAM KẾT ĐẾN VÂNG LỜI

Hôm nay, TÔI làm ĐẾN sự kiên trì.
TÔI sẽ duy trì trung thành thậm chí khi tiến triển
cảm thấy Chậm. Tôi lòng tin Của Chúa thời gian
Và Của anh ấy công việc TRONG Tôi.

NHÌN PHÍA TRƯỚC ĐẾN NGÀY MƯỜI BẢY

BẰNG sự kiên trì sâu hơn, Augustine đã học được khác thiết yếu sự thật:
Lòng trung thành làm không loại bỏ tâm linh phe đối lập.
Ngày mai chúng tôi sẽ khám phá:
Làm sao ĐẾN đứng vững chãi khi sức chống cự trở nên dữ dội hơn.

NGÀY MƯỜI BẢY ĐỨNG

VỮNG CHÃI DƯỚI ÁP LỰC

KEY TẬP TRUNG KINH THÁNH

"Là tỉnh táo, là cảnh giác; bởi vì của bạn kẻ thù cái quỷ dữ đi bộ "Giống như một con sư tử đang gầm."

— 1 Phi-e-rơ 5:8

"Có xong tất cả, ĐẾN đứng."

— Ê-phê-sô 6:13

"TRONG cái thế giới Bạn sẽ có hoạn nạn; Nhưng là của Tốt reo hò, TÔI đã chinh phục thế giới."

— John 16:33

"Kháng cự cái quỷ dữ Và Anh ta sẽ bỏ chạy từ Bạn."

— James 4:7

CỦA AUGUSTINE SỐNG CHỐC LÁT

Khi **Thánh Augustine thành Hippo** kiên trì giữ vững lòng trung thành, sự phản đối không hề biến mất mà chỉ **thay đổi hình thức** .

Ở đó đã từng bên ngoài áp lực: sự chỉ trích, sự hiểu lầm, sức chống cự hướng tới sự thật.

Có những áp lực nội tại: mệt mỏi, chán nản, cám dỗ muốn nhượng bộ. sự kết tội.

Thánh Augustine nhận ra rằng sự chống đối về mặt tâm linh thường gia tăng khi sự vâng lời được duy trì nhất quán. Lòng trung thành không nhận được sự tán thưởng từ bóng tối—mà ngược lại, nó gây ra sự chống đối.

Tuy nhiên, Augustine không coi áp lực là thất bại.

Ông nhận ra đó là sự khẳng định.

MẠNG SỐNG BÀI HỌC

Áp lực làm không nghĩa là Bạn là tắt khóa học.

Thường, Nó có nghĩa Bạn là chính xác Ở đâu Bạn nên là.

Kinh thánh dạy cái đó tâm linh sức chống cự là phần của cái Cơ đốc giáo hành trình. Cái kẻ thù làm không phản đối Gì tư thế KHÔNG mối đe dọa. Đứng vững chãi là không về việc tiến bộ một cách hung hăng—nó là Về **từ chối ĐẾN rút lui** .

Chiến thắng không phải lúc nào cũng là tiến về phía trước. Đôi khi Nó là đơn giản **còn lại trung thành** .

GƯƠNG CHỐC LÁT (RIÊNG TƯ SỰ PHẢN XẠ)

Phản ánh Thành thật:

- Ở đâu có Bạn cảm thấy áp lực bởi vì của vâng lời?
- Điều gì cám dỗ bạn nhất – bỏ cuộc, thỏa hiệp hay trưởng thành? Mệt mỏi?
- Có Bạn nhầm lẫn phe đối lập vì Của Chúa không tán thành?

Cho phép Chúa tái định hình cái đấu tranh.

HOẠT ĐỘNG VÌ VÂNG LỜI

Hôm nay, luyện tập **cố ý độ cứng** .

- Nhận dạng một khu vực Ở đâu áp lực có cám dỗ Bạn rút lui
- Khẳng định lại của bạn vâng lời trước Chúa
- Tuyên bố đọc to:
  "TÔI sẽ đứng."

Đứng là MỘT hành động của sự tin tưởng.

NHÓM CUỘC THẢO LUẬN CÂU HỎI

1. Tại sao làm sự trung thành thường thu hút sức chống cự?
2. Làm sao Có thể những người tin tưởng phân biệt giữa sửa lỗi Và phe đố lập?
3. Cái gì giúp đỡ Bạn duy trì vững chắc dưới tâm linh áp lực?

CẦU NGUYỆN

Bố, tăng cường Tôi ĐẾN đứng vững chãi.

Xin cho con sự sáng suốt để nhận ra sự kháng cự mà không sợ hãi. (Hãy mặc quần áo) Tôi với lòng can đảm, sức bền, Và lòng tin TRONG Bạn.

Tôi sẽ không thoái thác trách nhiệm vâng phục. Amen.

TIÊN TRI TUYÊN NGÔN

TÔI đứng vững chãi trong đức tin.

Áp lực sẽ không khiến tôi từ bỏ sự vâng phục. (Ý Chúa) sức mạnh duy trì Tôi dưới sự kiên cường. Tôi vẫn trung thành trong mọi mùa.

SỰ CAM KẾT ĐẾN VÂNG LỜI

Hôm nay, TÔI làm ĐẾN đứng vững chãi.

TÔI sẽ không thỏa hiệp dưới áp lực.

TÔI lòng tin Chúa ĐẾN duy trì Tôi BẰNG TÔI Hãy giữ vững lòng trung thành.

NHÌN PHÍA TRƯỚC ĐẾN NGÀY MƯỜI TÁM

BẰNG Augustine đứng vững chãi, Anh ta được phát hiện một điều thiết yếu:

Sức chống cự Có thể làm sâu sắc thêm khôn ngoan nếu như chúng tôi Nghe Tốt.

Ngày mai chúng tôi sẽ khám phá:

Làm sao Chúa sử dụng xung đột Và thử thách ĐẾN mài sự phân biệt.

NGÀY MƯỜI TÁM BÀI

HỌC KHÔN NGOAN ĐƯỢC HÌNH

KEY TẬP TRUNG KINH THÁNH

"Nếu như bất kì của Bạn thiếu khôn ngoan, cho phép anh ta hỏi của Chúa."

— James 1:5

“Cái khôn ngoan cái đó là từ bên trên là Đầu tiên nguyên chất, sau đó hòa bình, dịu dàng, sẵn sàng năng suất, đầy của lòng thương xót Và Tốt trái cây.”

— James 3:17

"Vì sắt mài sắt, Vì thế Một người đàn ông mài cái vẻ mặt của của anh ấy bạn bè.”

— Châm ngôn 27:17

"Mặc dù Anh ta đã từng là Một Con trai, chưa Anh ta đã học được vâng lời qua cái đồ đạc cái mà Ông ấy đã phải chịu đau khổ.”

— Hê-bơ-rơ 5:8

CỦA AUGUSTINE SỐNG CHỐC LÁT

Xung đột trở thành một của Của Chúa hầu hết hiệu quả giáo viên TRONG cái mạng sống của

Augustine của Hà mã .

Những bất đồng đã thử thách sự kiên nhẫn của ông. Sự phản đối đã giúp ông trau dồi tư duy. Những lời

chỉ trích đã vạch trần động cơ của
ông.

Thánh Augustine nhận ra rằng trí tuệ không được hình thành trong sự thoải mái, mà trong **sự dấn thân** . Xung đột bị ép anh ta ĐẾN nghiên cứu Kinh thánh hơn sâu sắc, cầu nguyện Thành thật mà nói, Và Nghe hơn cẩn thận. Nó đã bị tước bỏ xa bốc đồng phản hồi và thay thế chúng bằng sự sáng suốt.

Anh ta được phát hiện cái đó phản ứng nhanh thường suy yếu sự thật, Nhưng Phản ứng khôn ngoan sẽ củng cố nó.

MẠNG SỐNG BÀI HỌC

Khôn ngoan phát triển Ở đâu sự khiêm nhường lắng nghe.

Xung đột tiết lộ Gì kiến thức một mình Không thể. Nó phơi bày kiêu hãnh, Nó làm sáng tỏ niềm tin và buộc người tin phải phân biệt giữa phản ứng và sự đáp lại.

Chúa thường sử dụng căng thẳng ĐẾN:

- Mài sự phân biệt
- Thanh lọc động cơ
- Làm sâu sắc thêm sự hiểu biết

Khôn ngoan là không cái vắng mặt của xung đột—nó là cái khả năng ĐẾN duy trì Trung thành, khiêm nhường và minh bạch trong suy nghĩ.

GƯƠNG CHỐC LÁT (RIÊNG TƯ SỰ PHẢN XẠ)

Phản ánh trong lời cầu nguyện:

- Bạn thường phản ứng như thế nào trước xung đột—
  phòng thủ hay sáng suốt?
- Cái gì gần đây căng thẳng có thể Chúa là sử dụng ĐẾN tinh chế của bạ khôn ngoan?
- Là Bạn hơn háo hức ĐẾN là Phải hoặc ĐẾN là chung thủy?

Cho phép cái Tinh thần tìm kiếm của bạn trái tim.

HOẠT ĐỘNG VÌ VÂNG LỜI

Hôm nay, chọn Một **khôn ngoan phản ứng** qua Một nhanh sự phản ứng lại.

- Nhận dạng Một hiện hành xung đột hoặc bất đồng
- Tạm dừng trước trả lời
- Hỏi Chúa vì khôn ngoan trước nói hoặc diễn xuất

Khôn ngoan thường tiết lộ chính nó TRONG sự kiềm chế.

NHÓM CUỘC THẢO LUẬN CÂU HỎI

1. Tại sao làm xung đột phơi ra tâm linh sự trưởng thành?

2. Làm sao Có thể căng thẳng làm sâu sắc thêm khôn ngoan thay vì của Vị đắng?
3. Cái gì thực hành giúp đỡ những người tin tưởng trả lời một cách khôn ngoan dưới áp lực?

CẦU NGUYỆN

Bố, TÔI hỏi Bạn vì khôn ngoan.

Dạy bảo Tôi ĐẾN Nghe trước đang phản hồi.

Hãy dùng xung đột để tôi tôi luyện tâm hồn và làm sáng tỏ những niềm tin của mình. Hãy để Của bạn khôn ngoan hướng dẫn Của tôi từ Và hành động.

Amen.

TIÊN TRI TUYÊN NGÔN

Tôi nhận được sự khôn ngoan từ Chúa. Xung đột giúp tôi mài sắc khả năng phân định.

TÔI trả lời với sự rõ ràng, sự khiêm nhường, Và Ân điển của Chúa . khôn ngoan quản lý Của tôi mạng sống.

SỰ CAM KẾT ĐẾN VÂNG LỜI

Hôm nay, tôi cam kết sẽ đáp lại bằng sự khôn ngoan . sẽ không cho phép xung đột ĐẾN cứng lại Của tôi trái tim.

TÔI chọn sự phân biệt qua sự phản ứng lại.

NHÌN PHÍA TRƯỚC ĐẾN NGÀY MƯỜI CHÍN

BẰNG Augustine lớn lên TRONG khôn ngoan, Chúa được giao phó anh ta v thứ gì đó nặng hơn:

Cái chăm sóc của linh hồn.

Ngày mai chúng tôi sẽ khám phá:

Cái gì Nó có nghĩa ĐẾN mang trách nhiệm vì người khác trước Chúa.

NGÀY MƯỜI CHÍN

MANG THEO TÂM HỒN, KHÔNG CHỈ LÀ Ý KIẾN

KEY TẬP TRUNG KINH THÁNH

"Tuân theo những thứ kia Ai luật lệ qua Bạn, Và là phục tùng, vì họ đồng hồ ra ngoài của bạn linh hồn, BẰNG những thứ kia Ai phải đưa cho tài khoản."

— Hê-bơ-rơ 13:17

"Người chăn cừu cái đàn của Chúa cái mà là giữa Bạn."

— 1 Phi-e-rơ 5:2

"Con gấu một của người khác gánh nặng, Và Vì thế hoàn thành cái pháp luật của Chúa Kitô."

— người Galati 6:2

"Ai là hợp lý vì Những thứ này ?"

— 2 Cô-rinh-tô 2:16

CỦA AUGUSTINE SỐNG CHỐC LÁT

Khi **Thánh Augustine thành Hippo** trưởng thành về trí tuệ và tầm ảnh hưởng, ông càng nhận thức rõ hơn một sự thật đáng suy ngẫm:

Ông ấy không còn chỉ làm việc với các ý tưởng nữa. Ông ấy đang làm việc với **con người** .

Mọi từ Anh ta dạy hình dạng Lương tâm. Mỗi quyết định đều ảnh hưởng đến cuộc sống.

Mọi thỏa hiệp—hay sự rõ ràng—đã có hậu quả vượt ra chính anh ấy.

Augustine nhận ra rằng lãnh đạo tinh thần không phải là thắng trong các cuộc tranh luận hay bảo vệ quan điểm. Đó là **dẫn dắt các linh hồn đến**

trước mặt Chúa . Sự nhận thức này đã khiến ông vô cùng khiêm nhường. Gánh nặng trách nhiệm không làm tăng sự tự tin của ông; mà ngược lại, nó làm tăng sự phụ thuộc của ông vào Chúa.

Anh ta hiểu cái đó ý kiến Có thể là đã được tranh luận—nhưng li
hồn phải là

chăn dắt .

MẠNG SỐNG BÀI HỌC

Chúa ủy thác mọi người, không nền tảng.

Có thể vừa say mê chân lý lại vừa thờ ơ với mọi người. Kinh Thánh luôn cảnh báo rằng khả năng lãnh đạo và tầm ảnh hưởng không chỉ được đánh giá bằng sự đúng đắn mà còn bằng **sự quan tâm** .

Mang theo linh hồn có nghĩa:

- Nghe trước nói
- Phục vụ trước khi khẳng định
- Cầu nguyện trước diễn xuất

Ảnh hưởng không có yêu trở thành sự kiểm soát. Sự thật mà không có sự quan tâm sẽ trở thành gánh nặng.

Chúa cuộc gọi Của anh ấy người hầu ĐẾN người chăn cừu trái tim, không chỉ tình trạng các bản án.

GƯƠNG CHỐC LÁT (RIÊNG TƯ SỰ PHẢN XẠ)

Phản ánh Thành thật:

- Ai có Chúa được giao phó ĐẾN của bạn ảnh hưởng?
- LÀM Bạn nhìn thấy mọi người BẰNG trách nhiệm hay sự gián đoạn?
- Là của bạn từ hình dạng hơn qua kết án hoặc qua quan tâm?

Cho phép những cái này câu hỏi tìm kiếm của bạn động cơ.

HOẠT ĐỘNG VÌ VÂNG LỜI

Hôm nay, luyện tập **cố ý chăn dắt** .

- Nhận dạng một người Chúa có đặt TRONG của bạn chăm sóc hoặc ảnh hưởng
- Cầu nguyện vì họ cụ thể qua tên
- Với tới ngoài với sự khích lệ, đang lắng nghe, hoặc ủng hộ

Mang theo linh hồn bắt đầu với chú ý.

NHÓM CUỘC THẢO LUẬN CÂU HỎI

1. Tại sao là Nó dễ dàng hơn ĐẾN phòng vệ ý kiến hơn ĐẾN chăm sóc vì mọi người?
2. Làm sao làm tâm linh trách nhiệm làm sâu sắc thêm sự khiêm nhường?

3. Những phương pháp nào giúp các nhà lãnh đạo giữ vai trò người dẫn dắt thay vì người kiểm soát?

CẦU NGUYỆN

Cha ơi, xin nhắc nhở con rằng con người quan trọng hơn những lời lẽ tranh luận. Xin dạy con biết mang lòng khiêm nhường và quan tâm.

Người bảo vệ Tôi từ kiêu hãnh, sự khắc nghiệt, hoặc sự thờ ơ.

Xin Chúa giúp con trung tín chăn dắt những gì Ngài đã giao phó cho con. Amen.

TIÊN TRI TUYÊN NGÔN

Tôi đón nhận mọi người bằng sự khiêm nhường và tình yêu thương. Chúa giao phó cho tôi những linh hồn, chứ không chỉ là những ý tưởng . ảnh hưởng phản ánh cái trái tim của Chúa Kitô.

TÔI người chăn cừu trung thành Gì Chúa có đặt TRONG Của tôi chăm sóc.

SỰ CAM KẾT ĐẾN VÂNG LỜI

Hôm nay, tôi cam kết chăm sóc mọi người, chứ không chỉ bảo vệ lập trường. sẽ người chăn cừu với tính kiên nhẫn, lời cầu nguyện, Và yêu.

TÔI chọn trách nhiệm sự công nhận quá mức .

NHÌN PHÍA TRƯỚC ĐẾN NGÀY HAI MƯƠI

BẰNG Augustine mang theo cái cân nặng của linh hồn, Anh ta đã học được khác phê bình bài học:

Khả năng lãnh đạo yêu cầu sâu sự khiêm nhường ĐẾN duy trì khỏe mạnh.

Ngày mai chúng tôi sẽ khám phá:

Làm sao Chúa bảo quản cái trái tim của Một người hầu dưới trách nhiệm.

NGÀY HAI MƯƠI

SỰ KHIÊM TỐN LÀ YẾU TỐ DUY TRÌ KHẢ NĂNG LÃNH ĐẠO

KEY TẬP TRUNG KINH THÁNH

"Chúa chống lại cái tự hào, Nhưng cho duyên dáng ĐẾN cái khiêm tốn."

— James 4:6

"Bất cứ ai mong muốn ĐẾN trở nên Tuyệt giữa Bạn, cho phép anh ta là của bạn người hầu."

— Matthew 20:26

"Anh ta phải tăng, Nhưng TÔI phải giảm bớt."

— John 3:30

"Cái gì LÀM Bạn có cái đó Bạn làm không nhận được?"

— 1 Cô-rinh-tô 4:7

CỦA AUGUSTINE SỐNG CHỐC LÁT

Ở giai đoạn này của cuộc đời, **Thánh Augustine thành Hippo** đã gánh v một trọng trách lớn lao—về mặt tinh thần, trí tuệ và mục vụ.

Mọi người đều kính trọng ông.

Các nhà thờ dựa vào ông. Các

cuộc tranh luận đều tìm đến ông

để tìm sự sáng suốt.

Và Augustine biết thứ gì đó nguy hiểm đã từng là khả thi.

Khả năng lãnh đạo có thể từ từ thuyết phục một người rằng họ rất cần thiết. Rằng kết quả phụ thuộc vào họ. Rằng quyền lực thuộc về họ. Augustine đã phản đối điều này . lặng lẽ Nhưng cố ý. Anh ta nhắc nhở chính bản thân anh ấy—thường xuyên—rằng Anh ta đã từng là không phải là nguồn của sự thật, Nhưng Một **người hầu của Nó** .

Khiêm nhường đã từng là không không bắt buộc vì Anh ấy. Đó là sự sống còn.

MẠNG SỐNG BÀI HỌC

Gọi không có sự khiêm nhường sau cùng sụp đổ.

Khả năng lãnh đạo không chỉ được duy trì bởi năng lực mà còn bởi sự phụ thuộc liên tục vào Chúa. Kinh Thánh nói rõ: ân điển tuôn chảy nơi có sự khiêm nhường, nhưng không có sự chống đối. đến Ở đâu kiêu hãnh lấy gốc.

Khiêm nhường giữ Khả năng lãnh đạo:

- Có thể dạy được
- Chịu trách nhiệm
- Sự phụ thuộc
- An toàn

Khi sự khiêm nhường xói mòn, thậm chí Tốt Khả năng lãnh đạo trở thà nguy hiểm.

GƯƠNG CHỐC LÁT (RIÊNG TƯ SỰ PHẢN XẠ)

Phản ánh cẩn thận:

- Ở đâu có Chúa được giao phó Bạn với trách nhiệm hoặc ảnh hưởng?
- Làm sao LÀM Bạn bảo vệ của bạn trái tim chống lại kiêu hãnh?
- LÀM Bạn vẫn nhận ra mọi thứ Bạn có BẰNG đã nhận, không Đã kiếm được?

Cho phép Chúa nghiên cứu không chỉ của bạn hành động, Nhưng của bạn thế.

HOẠT ĐỘNG VÌ VÂNG LỜI

Hôm nay, luyện tập **cố ý sự khiêm nhường** .

- Thừa nhận một khu vực Ở đâu Bạn cảm thấy tự tin hoặc thành lập
- Cám ơn Chúa rõ ràng vì Nó
- Mời Của anh ấy đang diễn ra hướng dẫn Và sửa lỗi

Khiêm nhường phát triển Ở đâu lòng biết ơn cuộc sống.

NHÓM CUỘC THẢO LUẬN CÂU HỎI

1. Tại sao là kiêu hãnh thường tinh tế TRONG Khả năng lãnh đạo?

2. Làm sao làm sự khiêm nhường bảo vệ dài hạn sự màu mỡ?
3. Cái gì thực hành giúp đỡ các nhà lãnh đạo duy trì sự phụ thuộc TRÊN Chúa?

CẦU NGUYỆN

Bố, TÔI thừa nhận cái đó mọi thứ TÔI có đến từ Bạn. Người bảo vệ Của tôi trái tim từ kiêu hãnh Và Tự lực.

Xin dạy con biết lãnh đạo, phục vụ và vâng lời với lòng khiêm nhường. Xin cho ân điển tiếp tục ngự trên đời con.

Amen.

TIÊN TRI TUYÊN NGÔN

TÔI đi bộ TRONG sự khiêm nhường trước Chúa.

Ân điển nâng đỡ sứ mệnh và tầm ảnh hưởng của tôi. Tôi phục vụ chứ không phải tôn vinh bản thân.

Chúa một mình nhận được cái vinh quang.

SỰ CAM KẾT ĐẾN VÂNG LỜI

Hôm nay, tôi cam kết sống khiêm nhường trong mọi trách nhiệm mà Chúa đã giao phó cho tôi. Tôi sẽ luôn sẵn sàng học hỏi, biết ơn và phụ thuộc vào Ngài.

TÔI chọn duyên dáng qua Tự lực.

NHÌN PHÍA TRƯỚC ĐẾN NGÀY HAI MƯƠI MỘT

Chúng tôi Hiện nay đi vào cái **thứ hai một nửa** của cái hành trình.

BẰNG Augustine tiếp tục Trân trọng, Chúa bắt đầu ĐẾN hình dạng Điều gì đó trường tồn:

Di sản.

Ngày mai chúng tôi sẽ khám phá:

Cái gì loại của mạng sống lá hoa quả vượt ra Một suốt đời.

NGÀY HAI MƯƠI MỘT
CUỘC SỐNG VÌ CÁI GÌ SỐNG SAU BẠN

KEY TẬP TRUNG KINH THÁNH

"Người khác có lao động, Và Bạn có đã nhập vào trong của họ lao động."

— John 4:38

"Người chính trực sống ngay thẳng; con cháu người ấy sẽ được phước lành sau người ấy."

— Châm ngôn 20:7

"Cái gì Bạn có đã nghe từ Tôi... làm những cái này ĐẾN trung thành đàn ông Ai sẽ cũng có khả năng dạy cho người khác."

— 2 Timothy 2:2

"Vì thế dạy bảo chúng ta ĐẾN con số của chúng tôi ngày, cái đó chúng tôi có thể nhận được Một trái tim của khôn ngoan."

— Thánh vịnh 90:12

CỦA AUGUSTINE SỐNG CHỐC LÁT

BẰNG cái năm đi qua, **Augustine của Hà mã** trở thành ngày càng nhận thức rằng anh ấy mạng sống đã từng là KHÔNG dài hơn đo được qua hoạt động, Nhưng qua **thừa kế** .

Anh ta đã từng là KHÔNG dài hơn hỏi, *Cái gì là TÔI hoàn thành?*

Anh ấy là hỏi, *Cái gì Sẽ ở lại chứ?*

Augustine đã viết, dạy, đã sửa Và chăn dắt—nhưng với Một nhận thức ngày càng tăng cái đó Anh ta đã từng là xây dựng vì các thế hệ Anh ta sẽ không bao giờ gặp. Của anh ấy những từ ngữ hình dạng với chăm sóc. Của anh ấy giảng dạy đã từng là được giao phó ĐẾN người khác. Của anh ấy lòng trung thành là KHÔNG dài hơn khẩn cấp—nó đã từng là **cố ý** .

Anh ta hiểu cái đó Chúa đo di sản không qua khả năng hiển thị,

Nhưng qua

quá trình lây truyền .

MẠNG SỐNG BÀI HỌC

Di sản là được hình thành qua lòng trung thành, không danh tiếng.

Vương quốc của Đức Chúa Trời phát triển thông qua sự tiếp nối. Những gì chúng ta trao cho người khác trở thành phương tiện để Đức Chúa Trời tiếp tục công việc của Ngài ngay cả sau khi chúng ta qua đời.

Cuộc sống vì Gì sống lâu hơn Bạn có nghĩa:

- Đầu tư TRONG mọi người hơn hơn các dự án
- Ưu tiên sự hình thành qua sự công nhận
- Lựa chọn sự trung thành qua tính tức thời

Di sản là không Gì mọi người nhớ Về chúng ta—nó là Gì Chúa tiếp tục LÀM bởi vì Gì chúng tôi có trung thành được cho.

GƯƠNG CHỐC LÁT (RIÊNG TƯ SỰ PHẢN XẠ)

Phản ánh trong lời cầu nguyện:

- Cái gì là Bạn xây dựng cái đó sẽ duy trì sau đó Bạn?
- Ai là Bạn cố ý đầu tư TRONG?
- Là của bạn hằng ngày lựa chọn hình dạng qua vĩnh cửu hoặc Khẩn cấp?

Cho phép Chúa hiệu chỉnh lại của bạn tầm nhìn.

HOẠT ĐỘNG VÌ VÂNG LỜI

Hôm nay, lấy một **hướng tới di sản hoạt động** .

- Nhận dạng một người ĐẾN cố ý đầu tư TRONG
- Khuyến khích, dạy bảo, hoặc cầu nguyện với họ
- Làm ĐẾN dài hạn sự trung thành hơn là hơn ngắn hạn sự va chạm

Di sản phát triển Chậm rãi nhưng chắc chắn.

NHÓM CUỘC THẢO LUẬN CÂU HỎI

1. Làm sao làm Kinh thánh định nghĩa di sản khác nhau từ văn hoá?
2. Tại sao là đầu tư TRONG mọi người thường chậm hơn hơn xây dựng các nền tảng?
3. Cái gì giúp đỡ những người tin tưởng ở lại tập trung TRÊN dài hạn hoa

quả?

CẦU NGUYỆN

Bố, dạy bảo Tôi ĐẾN sống với vĩnh cửu TRONG xem.

Tôi cần sắp xếp lại các ưu tiên của mình
sao cho phù hợp với những điều thực sự
bền vững. Hãy giúp tôi. Tôi đầu tư trung
thành TRONG mọi người Và Sự thật.
Mong rằng cuộc đời tôi sẽ đơm hoa kết
trái, vượt xa cả kiếp sống này.
Amen.

TIÊN TRI TUYÊN NGÔN

TÔI sống vì Gì Sống lâu hơn tôi.
Cuộc đời tôi mang lại những thành quả lâu
dài trong Vương quốc của Đức Chúa Trời .
đầu tư TRONG mọi người, không chỉ kết
quả.
Chúa nhân Gì TÔI trung thành quản gia.

SỰ CAM KẾT ĐẾN VÂNG LỜI

Hôm nay, tôi quyết tâm sống với tầm nhìn vĩnh
cửu. Tôi sẽ đầu tư vào những gì trường tồn.
TÔI chọn di sản qua tính tức thời.

NHÌN PHÍA TRƯỚC ĐẾN NGÀY HAI MƯƠI HAI

BẰNG di sản lấy hình dạng, Một mới Thách thức xuất hiện:

Làm sao LÀM Bạn duy trì trung thành khi Bạn sẽ không nhìn thấy cái đầy mùa gặt?

Ngày mai chúng tôi sẽ khám phá:

Tin tưởng Chúa với vô hình hoa quả.

NGÀY HAI MƯƠI HAI

TRUNG THÀNH DÙ KHÔNG NHÌN THẤY MÙA VỤ THU HOẠCH

KEY TẬP TRUNG KINH THÁNH

"Một lợn nái Và khác gặt hái."

— John 4:37

"Và có xong tất cả... ĐẾN đứng."

— Ê-phê-sô 6:13

"Những cái này tất cả chết TRONG sự tin tưởng, không có đã nhận cái lời hứa, Nhưng có Tôi nhìn thấy chúng từ xa."

— Hê-bơ-rơ 11:13

"TÔI đã trồng, Apollos tưới nước, Nhưng Chúa đã đưa cho cái tăng."

— 1 Cô-rinh-tô 3:6

CỦA AUGUSTINE SỐNG CHỐC LÁT

BẰNG **Augustine của Hà mã** đã nhập cái sau đó năm của của anh ấy Bộ, Anh ta Tôi ngày càng nhận thức rõ hơn về một thực tế đáng buồn:

Nhiều của Gì Chúa đã từng là đang làm bởi vì anh ta sẽ **sống lâu hơn anh ta**

Ông miệt mài lao động mà không hề chắc chắn về kết quả hữu hình. Ông sửa chữa sai lầm dù biết rằng có thể phải mất nhiều thế hệ mới khắc phục được thiệt hại. Ông truyền dạy chân lý với niềm tin. Chúa ĐẾN bảo tồn Nó vượt ra của anh ấy tiếng nói.

Augustine không đòi hỏi phải thấy kết quả.

Ông tin tưởng vào Đấng Tạo Hóa.

MẠNG SỐNG BÀI HỌC

Chúa làm không yêu cầu chúng ta ĐẾN hoàn thành cái chỉ làm việc ĐẾN là trung thành ĐẾN của chúng tôi một phần. Kinh Thánh nhiều lần dạy rằng

Nước Trời phát triển nhờ sự lao động chung. sang thời gian. Một số thực vật. Một số Nước. Người khác gặt hái. Nhưng Chúa một mình điều khiển tăng.

Lòng trung thành là vâng lời **không có sự đảm bảo** .

Khi chúng tôi khăng khăng TRÊN nhìn thấy kết quả, chúng tôi một cách t tế địa điểm chính chúng ta Tại cái trung tâm của Chúa công việc. Khi chúng tô lòng tin Chúa với vô hình hoa quả, chúng tôi tôn kính Của anh ấy chủ quyền.

GƯƠNG CHỐC LÁT (RIÊNG TƯ SỰ PHẢN XẠ)

Phản ánh Thành thật:

- Ở đâu có Bạn lớn lên nản chí bởi vì kết quả là Bị trì hoãn?
- Có Bạn tương đương sự sinh sôi nảy nở với khả năng hiển thị?
- Là Bạn sẵn sàng ĐẾN tuân theo thậm chí nếu như Bạn không bao giờ nhìn thấy Kết quả là gì?

Cho phép Chúa sắp xếp lại của bạn kỳ vọng.

HOẠT ĐỘNG VÌ VÂNG LỜI

Hôm nay, giải phóng của bạn nhu cầu ĐẾN nhìn thấy kết quả.

- Nhận dạng một khu vực Ở đâu Bạn cảm thấy vô hình hoặc chưa hoàn thành
- Nói chuyện cái này lời cầu nguyện đọc to:

  "Lạy Chúa, TÔI lòng tin Bạn với cái mùa gặt."
- Tiếp tục trung thành không có điều chỉnh vâng lời ĐẾN kết quả

Lòng tin duy trì sự vâng lời.

NHÓM CUỘC THẢO LUẬN CÂU HỎI

1. Tại sao LÀM chúng tôi đấu tranh ĐẾN tuân theo không có nhìn thấy quả?
2. Làm sao làm sự tin tưởng trưởng thành khi kết quả là vô hình?
3. Cái gì giúp đỡ những người tin tưởng duy trì trung thành sang dài các mùa?

CẦU NGUYỆN

Bố, dạy bảo Tôi ĐẾN lòng tin Bạn với kết quả TÔI có thể không bao giờ Xem. Miễn phí Tôi từ cái nhu cầu vì sự công

nhận hoặc ngay lập tức hoa quả.
Xin Chúa giúp con luôn trung thành với công việc Ngài đã giao phó. Con tin tưởng giao phó mùa gặt cho Ngài.
Amen.

TIÊN TRI TUYÊN NGÔN

Tôi vẫn giữ vững đức tin mà không cần thấy
kết quả. Chúa sẽ ban phước lành vào thời
điểm của Ngài.
Sự vâng lời của tôi không
hề vô ích. Tôi lòng tin Chúa
với vô hình hoa quả.

SỰ CAM KẾT ĐẾN VÂNG LỜI

Hôm nay, TÔI làm ĐẾN trung thành vâng lời không có điều kiện. Tôi sẽ lợn nái, Nước, Và lòng tin Chúa với cái mùa gặt.

TÔI chọn lòng tin qua điều khiển.

NHÌN PHÍA TRƯỚC ĐẾN NGÀY HAI MƯƠI BA

BẰNG Augustine đáng tin cậy Chúa với vô hình hoa quả, Anh ta đã học được khác sự thật:

Lòng trung thành làm không di dời đau khổ—nó tái cấu trúc Nó.

Ngày mai chúng tôi sẽ khám phá:

Làm sao đau khổ hình dạng mong hơn là hơn phá hủy Nó.

NGÀY HAI MƯƠI BA

SỰ ĐAU KHỔ CÁI ĐÓ CỦNG CỐ HY VỌNG

KEY TẬP TRUNG KINH THÁNH

"Chúng ta cũng vui mừng trong hoạn nạn, vì biết rằng hoạn nạn sinh ra sự kiên nhẫn; Và sự kiên trì, tính cách; Và tính cách, mong."

— người La Mã 5:3–4

"Vì của chúng tôi ánh sáng sự đau khổ, cái mà là Nhưng vì Một chốc lát, là đang làm việc vì chúng ta Một nhiều hơn nữa vượt quá Và vĩnh cửu cân nặng của vinh quang."

— 2 Cô-rinh-tô 4:17

"Mặc dù Anh ta giết Tôi, chưa sẽ TÔI lòng tin Anh ta."

— Công việc 13:15

"Được ban phước là cái người đàn ông Ai chịu đựng sự cám dỗ; vì khi Anh ta có đã được phê duyệt, Anh ta sẽ nhận được cái vương miện của mạng sống."

— James 1:12

CỦA AUGUSTINE SỐNG CHỐC LÁT

Như **Augustine của Hippo** càng trưởng thành hơn, nhưng nỗi đau khổ vẫn chưa biến mất khỏi cuộc đời nó.

Nó đã thay đổi của nó vai trò.

Nỗi đau không còn đóng vai trò là hình phạt. Khó khăn không còn đồng nghĩa với thất bại.

Trì hoãn KHÔNG dài hơn ngụ ý bỏ rơi.

Augustine đã học được cái đó đau khổ có thể hoặc cứng lại cái trái tim hoặc **Niềm hy vọng là điểm tựa** — tùy thuộc vào việc đặt niềm tin vào đâu. Ông để nỗi đau thúc đẩy mình đến gần Chúa hơn là rời xa Ngài. Thay vì đòi hỏi lời giải thích, ông bám chặt vào bản chất của Chúa.

Mong đã từng là KHÔNG dài hơn Do hoàn cảnh.

Nó trở thành vĩnh cửu.

MẠNG SỐNG BÀI HỌC

Sự đau khổ tinh chế mong khi lòng tin là bám rễ TRONG Chúa.

Kinh thánh làm không hứa tự do từ đau khổ. Nó lời hứa Mục đích nằm trong đó. Hy vọng được hình thành từ đau khổ mạnh mẽ hơn sự lạc quan—nó được neo giữ vượt lên trên hoàn cảnh.

Sự đau khổ củng cố mong khi:

- Chúng tôi lòng tin Của Chúa tính cách qua của chúng tôi an ủi
- Chúng tôi giải thích nỗi đau bởi vì vĩnh cửu, không tính tức thời
- Chúng tôi cho phép sức bền ĐẾN hình dạng tính cách

Niềm hy vọng chưa được thử thách thì
rất mong manh. Hy vọng tinh chế qua
đau khổ vẫn tồn tại.

GƯƠNG CHỐC LÁT (RIÊNG TƯ SỰ PHẢN XẠ)

Phản ánh trong lời cầu nguyện:

- Bạn từng cho rằng những đau khổ nào không nên tồn tại trong hành trình đức tin của mình?
- Làm sao có nỗi đau bị thách thức hoặc được định hình lại của bạn mong?
- Là của bạn mong bám rễ TRONG sự cứu trợ—hoặc TRONG Chúa?

Cho phép Chúa gặp Bạn Thành thật đây.

HOẠT ĐỘNG VÌ VÂNG LỜI

Hôm nay, luyện tập **tập trung vào hy vọng lòng tin** .

- Nhận dạng một khu vực của đang diễn ra khó khăn
- Nói chuyện cái này sự thật đọc to:
  "Chúa là trung thành, thậm chí đây."
- Chọn một hành động của vâng lời hoặc lòng biết ơn cho dù nỗi đau

Mong phát triển khi lòng tin là đã thực hành.

NHÓM CUỘC THẢO LUẬN CÂU HỎI

1. Làm sao làm Kinh thánh định nghĩa lại đau khổ?

2. Tại sao làm đau khổ thường phơi ra Ở đâu của chúng tôi mong thực sự nghỉ ngơi?
3. Cái gì thực hành giúp đỡ những người tin tưởng chịu đựng nỗi đau với mong?

CẦU NGUYỆN

Bố, TÔI mang đến Bạn Của tôi nỗi đau không có giả vờ Nó là Dễ thôi. Xin đặt niềm hy vọng của con nơi sự thành tín của Ngài, chứ không phải hoàn cảnh của con. Hãy dùng Ngài . mọi sự thử nghiệm ĐẾN hình dạng tính cách Và làm sâu sắc thêm lòng tin.

TÔI chọn mong cái đó vẫn còn mãi. Amen.

TIÊN TRI TUYÊN NGÔN

Niềm hy vọng của tôi đặt trọn nơi Chúa. Sự đau khổ sẽ không thể hủy hoại đức tin của tôi.

Chúa đang rèn luyện lòng kiên nhẫn và phẩm chất tốt đẹp trong tôi. Niềm hy vọng của tôi sẽ không làm tôi thất vọng.

SỰ CAM KẾT ĐẾN VÂNG LỜI

Hôm nay, TÔI làm ĐẾN tin tưởng Chúa trong đau khổ. TÔI sẽ cho phép thử nghiệm ĐẾN làm sâu sắc thêm mong, không giảm bớt nó. Tôi chọn vĩnh cửu luật xa gần qua sự cứu trợ tạm thời .

NHÌN PHÍA TRƯỚC ĐẾN NGÀY HAI MƯƠI BỐN

BẰNG mong sâu hơn, Chúa bắt đầu ĐẾN chuẩn bị cái trái tim vì thứ gì đó tinh tế nhưng rất cần thiết:

Cho thuê đi.

Ngày mai chúng tôi sẽ khám phá:

Làm sao sự tin tưởng học hỏi ĐẾN giải phóng điều khiển Và nghỉ ngơi hoàn toàn TRONG Chúa.

NGÀY HAI MƯƠI BỐN

HỌC CÁCH BUÔNG BỎ VÀ TIN TƯỞNG HOÀN TOÀN VÀO CHÚA

KEY TẬP TRUNG KINH THÁNH

"Hãy hết lòng tin cậy Chúa, chớ nương cậy vào sự hiểu biết của riêng mình."

— Châm ngôn 3:5–6

"Là vẫn, Và biết cái đó TÔI là Chúa."

— Thánh vịnh 46:10

"Tuyển diễn viên tất cả của bạn chăm sóc trên Anh ta, vì Anh ta quan tâm vì Bạn."

— 1 Phi-e-rơ 5:7

"Anh ta Ai có đã nhập Của anh ấy nghỉ ngơi có chính mình Mà còn đã chấm d từ của anh ấy hoạt động tốt."

— Hê-bơ-rơ 4:10

CỦA AUGUSTINE SỐNG CHỐC LÁT

TRONG cái sau đó mùa của của anh ấy mạng sống, **Augustine của Hà mã** đã học được Một bài học Sự vâng lời đơn thuần không thể dạy dỗ được ông ta.

Anh ta đã học được ĐẾN **cho phép Đi đi** . Không phải vì đức tin.

Không của Trách nhiệm. Nhưng là trách nhiệm kiếm

soát.

Augustine có đã tiêu năm suy nghĩ sâu sắc, giảng dạy rõ ràng, Chăn dắt cẩn thận. Tuy nhiên, ngay cả sự phục vụ trung thành cũng có thể âm thầm mang trong mình nỗi lo lắng—cảm giác rằng kết quả phụ thuộc vào sự cảnh giác của chúng ta. Theo thời gian, Augustine nhận ra rằng lòng tin là không đã được chứng minh qua cố gắng, Nhưng qua nghỉ ngơi.

Anh ta đã học được ĐẾN địa điểm kết quả Ở đâu họ thuộc về: TRONG Của Chúa đôi tay.

MẠNG SỐNG BÀI HỌC

Lòng tin là tiết lộ không qua hoạt động, Nhưng bằng cách đầu hàng.

Nhiều tín đồ vâng phục Chúa nhưng vẫn mang gánh nặng kiểm soát. Chúng ta lên kế hoạch, quản lý và dự đoán—thường với sự chân thành—nhưng không được nghỉ ngơi. Kinh Thánh dạy rằng: cái đó ĐÚNG VẬY lòng tin phát hành cái nhu cầu ĐẾN điều khiển kết quả.

Buông bỏ không có nghĩa là từ bỏ sự vâng lời. Nó có nghĩa tách rời từ **sự lo lắng** .

Sự tin tưởng trưởng thành khi chúng tôi dừng lại nghiêng TRÊN hiểu biết Và bắt đầu nghỉ ngơi trong Chúa chăm sóc.

GƯƠNG CHỐC LÁT (RIÊNG TƯ SỰ PHẢN XẠ)

Phản ánh lặng lẽ:

- Ở đâu là Bạn vẫn đang cố gắng ĐẾN điều khiển Kết quả?
- Cái gì gánh nặng có Chúa yêu cầu Bạn ĐẾN giải phóng?
- Là của bạn vâng lời lái xe qua lòng tin hoặc sự lo lắng?

Ngồi với những cái này câu hỏi Thành thật.

HOẠT ĐỘNG VÌ VÂNG LỜI

Hôm nay, luyện tập **cố ý giải phóng** .

- Nhận dạng một bận tâm Bạn có là mang theo
- Nói chuyện Nó nói to ĐẾN Chúa
- Một cách có ý thức giải phóng trách nhiệm vì cái kết quả

Nói chậm:

"Lạy Chúa, TÔI lòng tin Bạn với cái này."

NHÓM CUỘC THẢO LUẬN CÂU HỎI

1. Tại sao là cho thuê đi thường khó hơn hơn đang lấy hoạt động?
2. Làm sao Có thể trách nhiệm lặng lẽ xoay vào trong sự lo lắng?
3. Cái gì thực hành giúp đỡ những người tin tưởng nghỉ ngơi trong khi cò lại chung thủy?

CẦU NGUYỆN

Bố, TÔI xưng cái đó TÔI thường mang Gì Bạn không bao giờ yêu cầu Tôi ĐẾN Giữ. Dạy Tôi ĐẾN lòng tin Bạn hoàn toàn.

Giúp đỡ Tôi giải phóng sự lo lắng Và nghỉ ngơi TRONG Của bạn Tôi quan tâm. địa điểm mọi kết quả TRONG Của bạn đôi tay.

Amen.

TIÊN TRI TUYÊN NGÔN

TÔI lòng tin Chúa với mọi Kết quả.
TÔI giải phóng điều khiển Và nghỉ ngơi TRONG Của anh ấy sự quan tâm. Chúa luôn trung tín vượt xa mọi nỗ lực của tôi.
TÔI sống từ nghỉ ngơi, không sự lo lắng.

SỰ CAM KẾT ĐẾN VÂNG LỜI

Hôm nay, TÔI làm ĐẾN tin tưởng Chúa hoàn toàn.
TÔI sẽ giải phóng điều khiển Ở đâu Chúa có yêu cầu Tôi ĐẾN Tôi tin tưởng. Tôi chọn sự nghỉ ngơi dựa trên niềm tin.

NHÌN PHÍA TRƯỚC ĐẾN NGÀY HAI MƯƠI LĂM

BẰNG Augustine đã học được ĐẾN cho phép đi, thứ gì đó xinh đẹp theo sau

Vui sướng đã trở lại—không từ thành công, Nhưng từ nghỉ ngơi.

Ngày mai chúng tôi sẽ khám phá:

Làm sao vui sướng dòng chảy khi cái linh hồn nghỉ ngơi TRONG Chúa.

NGÀY HAI MƯƠI LĂM

CÁI VUI SƯỚNG CÁI ĐÓ ĐẾN TỪ REST

KEY TẬP TRUNG KINH THÁNH

"TRONG Của bạn sự hiện diện là sự đầy đủ của vui sướng."

— Thánh vịnh 16:11

"Cái vui sướng của cái Chúa là của bạn sức mạnh."

— Nehemia 8:10

"Đến ĐẾN Tôi... Và TÔI sẽ đưa cho Bạn nghỉ ngơi."

— Matthew 11:28–29

"Bạn sẽ giữ anh ta TRONG hoàn hảo hòa bình, của ai tâm trí là đã ở lại TRÊN Bạn."

— Ê-sai 26:3

CỦA AUGUSTINE SỐNG CHỐC LÁT

TRONG cái sau đó năm của của anh ấy mạng sống, **Augustine của Hà mã** được phát hiện Một vui sướng Anh ta Điều này đã không được biết đến trong các mùa giải trước.

Nó đã từng là không cái vui sướng
của Thành tựu. Không phải niềm
vui được công nhận.
Không thậm chí cái vui sướng của
thành công TRONG công việc mục
vụ. Đó là niềm vui của **sự nghỉ ngơi**

.

Khi Augustine học cách buông bỏ sự kiểm soát và hoàn toàn tin tưởng vào Chúa, nỗi lo lắng của ông đã giảm bớt. của nó va li. Cái nỗ lực cái đó một lần thống trị của anh ấy bên trong mạng sống Mờ nhạt. Điều còn lại là một niềm vui thầm lặng, bền vững, không bắt nguồn từ hoàn cảnh, mà từ sự hiện diện của Chúa .

Vui sướng đã từng là KHÔNG dài hơn thứ gì đó Anh ta bị theo đuổi. Nó trở thành thứ mà anh ta chiếm hữu.

MẠNG SỐNG BÀI HỌC

Vui sướng là cái hoa quả của nghỉ ngơi, Không cần nỗ lực.

Nhiều tín đồ tìm kiếm niềm vui thông qua thành tựu, sự khẳng định hoặc những hoạt động tâm linh. Kinh thánh dạy thứ gì đó khác biệt: vui sướng dòng chảy tự nhiên Nơi tâm hồn được an nghỉ trong Chúa.

Niềm vui không đòi hỏi những hoàn cảnh hoàn hảo. Nó đòi hỏi một niềm tin vững chắc.

Khi nghỉ ngơi thay thế nỗ lực, vui sướng xuất hiện—không phải BẰNG sự phấn khích, Nhưng BẰNG **sức mạnh** .

GƯƠNG CHỐC LÁT (RIÊNG TƯ SỰ PHẢN XẠ)

Phản ánh trong lời cầu nguyện:

- Ở đâu có Bạn là tìm kiếm vui sướng bởi vì cố gắng?
- Cái gì có sự lo lắng ăn cắp vui sướng từ TRONG của bạn mạng sống?
- Làm sao có thể nghỉ ngơi TRONG Chúa khôi phục vui sướng?

Cho phép cái Tinh thần ĐẾN sắp xếp lại của bạn kỳ vọng.

HOẠT ĐỘNG VÌ VÂNG LỜI

Hôm nay, luyện tập **hân hoan nghỉ ngơi** .

- Bộ ngoài ra thời gian ĐẾN đơn giản là TRONG Của Chúa sự hiện diện
- LÀM không hỏi vì bất cứ điều gì
- Nhận được Của Chúa sự gần gũi với lòng biết ơn

Vui sướng thường trả lại khi chúng tôi dừng lại đòi hỏi kết quả.

NHÓM CUỘC THẢO LUẬN CÂU HỎI

1. Tại sao LÀM chúng tôi kết hợp vui sướng với thành công hơn là hơn nghỉ ngơi?
2. Làm sao làm sự lo lắng xói mòn vui sướng?
3. Cái gì thực hành giúp đỡ những người tin tưởng sống từ nghỉ ngơi thay vì của Đang nỗ lực?

CẦU NGUYỆN

Bố, cám ơn Bạn vì cái vui sướng cái đó đến từ nghỉ ngơi TRONG Bạn. Giải phóng Tôi từ nỗ lực cái đó ăn cắp hòa bình.
Khôi phục vui sướng ĐẾN Của tôi linh
hồn BẰNG TÔI lòng tin Bạn hoàn toàn.
Tôi nhận được Của bạn vui sướng
BẰNG Của tôi sức mạnh.
Amen.

TIÊN TRI TUYÊN NGÔN

Cái vui sướng của cái Chúa là Của
tôi sức mạnh. Tôi sống từ nghỉ
ngơi, không từ áp lực.
Vui sướng dòng chảy từ Của Chúa sự
hiện diện TRONG Của tôi Cuộc sống.
Tâm hồn tôi được bình an và an toàn
trong Ngài.

SỰ CAM KẾT ĐẾN VÂNG LỜI

Hôm nay, TÔI làm ĐẾN cuộc
sống từ Hãy nghỉ ngơi. Tôi sẽ
không theo đuổi niềm vui bằng
cách nỗ lực.
TÔI nhận được cái vui sướng cái đó dòng chảy từ tin tưởng Chúa.

NHÌN PHÍA TRƯỚC ĐẾN NGÀY HAI MƯƠI SÁU

BẰNG vui sướng đã giải quyết TRONG của Augustine trái tim, Chúa chuẩn bị anh ta vì thứ gì đó mềm mại và thiêng liêng:

Hoàn thành Tốt.

Ngày mai chúng tôi sẽ khám phá:

Làm sao Một mạng sống neo đậu TRONG Chúa chuẩn bị vì Một hoà bình hoàn thành.

NGÀY HAI MƯƠI SÁU KẾT

THÚC TỐT

KEY TẬP TRUNG KINH THÁNH

"TÔI có đã chiến đấu cái Tốt trận đánh, TÔI có hoàn thành cái loài, TÔI có giữ cái sự tin tưởng."

— 2 Timothy 4:7

"Cho phép chúng ta chạy với sức bền cái loài cái đó là bộ trước chúng ta."

— Hê-bơ-rơ 12:1

"Là trung thành cho đến khi cái chết, Và TÔI sẽ đưa cho Bạn cái vương miện của mạng sống."

— Khải Huyền 2:10

"Cái kết thúc của Một vấn đề là tốt hơn hơn của nó bắt đầu."

— Truyền đạo 7:8

CỦA AUGUSTINE SỐNG CHỐC LÁT

TRONG cái kết thúc năm của của anh ấy mạng sống, **Augustine của Hà mã** làm không chậm Bởi vì đức tin của ông ấy đã suy yếu.

Anh ta chậm lại bởi vì của anh ấy tập trung đã được mài sắc.

Anh ta KHÔNG dài hơn đo được mạng sống qua năng suất, Nhưng qua **sự trung thành** . Anh ta đã học được cái đó khởi đầu truyền cảm hứng, Nhưng kết thúc làm chứng. Nhiều bắt đầu Tốt; một vài Kết thúc tốt đẹp. Augustine đã từng là xác định ĐẾN hoàn thành với của anh ấy lòng tin còn nguyên vẹn, của anh ấy trái tim dịu dàng, và niềm hy vọng của ông đặt trọn nơi Chúa.

Anh ta sống với cái kết thúc TRONG quan điểm—không một cách sợ

Nhưng một cách trung thực.

MẠNG SỐNG BÀI HỌC

Hoàn thành Tốt là cái mục tiêu của sự môn đệ hóa.

Kinh thánh làm không kỉ niệm Làm sao lớn tiếng chúng tôi bắt đầu, Nhưng Làm sao trung thành Chúng ta kiên trì. Kết thúc tốt đẹp đòi hỏi sự nhất quán, khiêm nhường, ăn năn và tin tưởng—đặc biệt là khi sức mạnh mờ dần Và khả năng hiển thị giảm.

Hoàn thành Tốt có nghĩa:

- Còn lại trung thành khi KHÔNG một là xem
- Tin tưởng Chúa khi dung tích giảm
- Giữ mong khi kết quả là hoàn thành

Chúa giá trị **sự trung thành ĐẾN cái kết thúc** .

GƯƠNG CHỐC LÁT (RIÊNG TƯ SỰ PHẢN XẠ)

Phản ánh trong lời cầu nguyện:

- Cái gì làm "hoàn thành Tốt" nghĩa là ĐẾN Bạn?
- Cái gì thói quen hoặc thái độ có thể hăm dọa dài hạn Lòng trung thành
- Là Bạn cuộc sống Hôm nay TRONG Một đường Bạn sẽ là tri ân vì sau đó?

Cho phép Chúa hình dạng của bạn luật xa gần vượt ra cái hiện tại chốc lát.

HOẠT ĐỘNG VÌ VÂNG LỜI

Hôm nay, luyện tập **hướng tới mục tiêu sự trung thành** .

- Nhận dạng một thói quen hoặc tư thế cái đó sẽ giúp đỡ Bạn hoàn thành Tốt
- Tăng cường Nó cố ý Hôm nay
- Giải phóng bất cứ điều gì cái đó có thể thỏa hiệp dài hạn vâng lời

Hoàn thành Tốt qua cuộc sống Tốt Hiện nay.

NHÓM CUỘC THẢO LUẬN CÂU HỎI

1. Tại sao là hoàn thành Tốt thường khó hơn hơn bắt đầu mạnh?
2. Làm sao làm vĩnh cửu luật xa gần hình dạng hằng ngày quyết định?
3. Cái gì thực hành duy trì sự trung thành qua Một suốt đời?

CẦU NGUYỆN

Bố, giúp đỡ Tôi sống với cái kết thúc TRONG quan điểm. Dạy Tôi ĐẾN giá trị sự trung thành qua vỗ tay. Tăng cường Tôi ĐẾN chịu đựng với mong Và Niềm tin. Tôi

mong muốn hoàn thành cuộc đua của mình
một cách tốt đẹp.
Amen.

TIÊN TRI TUYÊN NGÔN

TÔI sẽ hoàn thành Của tôi loài với
sự tin tưởng còn nguyên vẹn. Của
Chúa duyên dáng duy trì Tôi ĐẾN
cái kết thúc.

TÔI duy trì trung thành TRONG mọi
mùa của Cuộc sống. Tôi kết thúc tốt
đẹp.

SỰ CAM KẾT ĐẾN VÂNG LỜI

Hôm nay, tôi cam kết sống trung thành lâu dài . sẽ
làm lựa chọn cái đó tôn kính Chúa cho đến khi
cái kết thúc.

TÔI lòng tin Chúa ĐẾN mang Tôi bởi vì mọi mùa.

NHÌN PHÍA TRƯỚC ĐẾN NGÀY HAI MƯƠI BẢY

Khi Augustine chuẩn bị kết thúc bài giảng một cách trọn vẹn, Chúa đã thô thúc ông suy ngẫm một điều cuối cùng, một điều khiến người ta phải tỉnh táo sự thật:

Của chúng tôi cuộc sống Tiếp tục ĐẾN nói chuyện sau đó chúng tôi là đi mất.

Ngày mai chúng tôi sẽ khám phá:

Cái gì Nó có nghĩa ĐẾN là đọc qua các thế hệ chưa chưa sinh.

NGÀY HAI MƯƠI BẢY

MỘT MẠNG SỐNG CÁI ĐÓ TIẾP TỤC ĐỂ NÓI

KEY TẬP TRUNG KINH THÁNH

"Bạn là của chúng tôi thư từ... được biết đến Và đọc qua tất cả đàn ông."

— 2 Cô-rinh-tô 3:2-3 "Là

chết, Anh ta vẫn nói.

— Hê-bơ-rơ 11:4

"Cái ký ức của cái công chính được ban phước lành."

— Châm ngôn 10:7

"Vì thế chiếu sáng của bạn ánh sáng trước đàn ông, cái đó họ có thể nhìn thấy của bạn Tốt tác phẩm và ngợi khen Cha trên trời."

— Matthew 5:16

CỦA AUGUSTINE SỐNG CHỐC LÁT

Khi **Augustine của Hà mã** đã tiếp cận cái kết thúc của của anh ấy trần gian hành trình, Ông ấy không quan tâm đến việc người khác có nhớ đến mình hay không.

Anh ta đã từng là lo âu với hiện tại **trung thành** .

Ông từ lâu đã hiểu rằng những cuộc đời hiến dâng cho Chúa không kết thúc trong im lặng. Chúng tiếp tục lên tiếng—không phải qua danh tiếng, mà qua những việc làm tốt đẹp. (Augustine) làm không sống ĐẾN tạo nên Một di sản; Anh ta sống ĐẾN tuân theo Chúa. Chưa Sự vâng lời đã viết nên một thông điệp trường tồn mãi sau khi ông qua đời.

Cuộc đời ông trở thành một bức thư – được đọc qua nhiều thế hệ, nền văn hóa và thế kỷ. Không phải vì ông hoàn hảo.

Nhưng bởi vì Anh ta đã từng là đã nhượng bộ.

MẠNG SỐNG BÀI HỌC

Trung thành cuộc sống Tiếp tục ĐẾN nói chuyện sau đó họ là đi mất.

Kinh Thánh dạy rằng sự vâng lời vang vọng vượt xa khoảnh khắc hiện tại. Lời nói có thể phai nhạt, nhưng... hoa quả còn lại. Cái ảnh hưởng của Một đầu hàng mạng sống thường đạt tới địa điểm cá nhân không bao giờ tưởng tượng Và lần họ không bao giờ sống ĐẾN nhìn thấy.

Chúng tôi là luôn luôn viết thứ gì đó:

- Bởi vì của chúng tôi lựa chọn
- Bởi vì của chúng tôi tính cách
- Bởi vì của chúng tôi vâng lời

Cái câu hỏi là không liệu của chúng tôi cuộc sống sẽ nói—nhưng **Gì họ sẽ Hã nói** ... **KHOẢNH KHẮC GƯƠNG (SỰ TỰ PHẢN CHIẾU BẢN THÂN**

Phản ánh cẩn thận:

- Cái gì tin nhắn là của bạn mạng sống Hiện nay viết lách?
- Nếu như người khác theo sau của bạn ví dụ, Ở đâu sẽ Nó chỉ huy họ?
- Cái gì LÀM Bạn muốn của bạn vâng lời ĐẾN nói dài sau đó Bạn là đi mấ

Cho phép vĩnh cửu ĐẾN thông báo cái hiện tại.

HOẠT ĐỘNG VÌ VÂNG LỜI

Hôm nay, sống với **cố ý nhân chứng** .

- Chọn một hoạt động cái đó phản ánh Chúa Kitô rõ ràng
- Nói chuyện sự thật nhẹ nhàng Ở đâu im lặng sẽ lừa dối
- Sống một cách có ý thức, biết của bạn mạng sống là hiện tại đọc

Lòng trung thành Hôm nay viết ngày mai lời khai.

NHÓM CUỘC THẢO LUẬN CÂU HỎI

1. Làm sao LÀM cuộc sống Tiếp tục ĐẾN nói chuyện vượt ra từ?
2. Cái gì phân biệt lâu dài tâm linh ảnh hưởng từ Tác động tạm thời?

3. Làm sao Có thể bình thường vâng lời hình dạng đặc biệt di sản?

CẦU NGUYỆN

Bố, nhắc lại Tôi cái đó Của tôi mạng sống là hiện tại đọc. Giúp đỡ Tôi sống TRONG Một đường cái đó vinh dự Bạn vượt ra Hôm nay. Nguyện xin sự vâng lời của tôi nói lên lẽ thật, ân điển và niềm hy vọng cho người khác. Hãy viết Của bạn tin nhắn rõ ràng bởi vì Của tôi mạng sống.

Amen.

TIÊN TRI TUYÊN NGÔN

Của tôi mạng sống là Một cuộc sống thư tín của Chúa Kitô. Chân lý của Chúa được thể hiện rõ ràng qua sự vâng phục của tôi. Lòng trung thành của tôi sẽ được chứng minh vượt qua cả cuộc đời tôi.

TÔI sống ĐẾN tôn vinh Chúa TRONG mọi thế hệ.

SỰ CAM KẾT ĐẾN VÂNG LỜI

Hôm nay, TÔI làm ĐẾN cuộc sống một cách có ý thức trước Chúa Và những người khác. Tôi sẽ để cuộc sống của mình phản ánh Chúa Kitô một cách trung thành.

TÔI chọn vâng lời cái đó nói vượt ra Tôi.

NHÌN PHÍA TRƯỚC ĐẾN NGÀY HAI MƯƠI TÁM

Khi cuộc hành trình sắp kết thúc, Chúa hướng sự chú ý của chúng ta vào bên trong lần cuối cùng:

Làm sao LÀM chúng tôi sống hằng ngày với vĩnh cửu TRONG xem?

Ngày mai chúng tôi sẽ khám phá:

Cuộc sống mỗi ngày BẰNG Một trung thành đại sứ của Chúa Kitô.

NGÀY HAI MƯƠI TÁM

SỐNG NHƯ SỨ GIẢ CỦA CHÚA KITÔ MỌI NGÀY

KEY TẬP TRUNG KINH THÁNH

"Hiện nay sau đó, chúng tôi là đại sứ vì Chúa Kitô, BẰNG mặc dù Chúa Họ đã cầu xin thông qua chúng tôi."

— 2 Cô-rinh-tô 5:20

"BẰNG Anh ta là, Vì thế là chúng tôi TRONG cái này thế giới."

— 1 Giăng 4:17

"Bạn là cái ánh sáng của cái thế giới."

— Matthew 5:14

"Chỉ đạo chính các bạn một cách khôn ngoan theo hướng người ngoài."

— Cô-lô-xi 4:5

CỦA AUGUSTINE SỐNG CHỐC LÁT

Qua cái cuối cùng mùa của của anh ấy mạng sống, **Augustine của Hà mã** KHÔNG dài hơn Phân biệt niềm tin với hành vi.

Sự tin tưởng đã từng là không thứ gì đó Anh ta Ông *ấy nắm giữ nó* . Đó là điều mà ông ấy *thể hiện trọn vẹn* .

Mỗi cuộc trò chuyện, quyết định và phản hồi đều có trọng lượng—không phải vì anh ấy tìm kiếm điều đó. ảnh hưởng, Nhưng bởi vì Anh ta hiểu sự đại diện. Augustine Ông biết rằng mình không còn chỉ nói thay cho bản thân nữa. Cuộc đời ông là một minh chứng hữu hình về Chúa Kitô mà ông rao giảng.

Anh ta sống nhận thức cái đó Chúa Kitô đã từng là hiện tại được giải thích bởi vì anh ta.

MẠNG SỐNG BÀI HỌC

Các đại sứ không đại diện cho quan điểm cá nhân mà đại diện cho quyền lực.

Kinh Thánh dạy rằng những người tin Chúa là đại diện của Chúa Kitô trên trái đất. Một sứ giả không tự nghĩ ra thông điệp; người đó truyền đạt thông điệp một cách trung thành. Uy tín của cái tin nhắn là thường đã phán xét qua cái chỉ đạo của cái tin nhắn.

Cuộc sống BẰNG MỘT Đại sứ có nghĩa là:

- Tính nhất quán giữa sự tin tưởng Và hành vi
- Nhận thức cái đó hành động giao tiếp thần học
- Hằng ngày sự trung thành TRONG bình thường những khoảnh khắc

Cái phúc âm là thường Đầu tiên gặp phải bởi vì cuộc sống, không các bài giảng.

GƯƠNG CHỐC LÁT (RIÊNG TƯ SỰ PHẢN XẠ)

Phản ánh cẩn thận:

- Cái gì hình ảnh của Chúa Kitô làm của bạn hằng ngày mạng sống hiện tại?
- Ở đâu có thể của bạn hành vi mâu thuẫn của bạn Lời thú tội?
- LÀM Bạn sống một cách có ý thức BẰNG Một đại diện—hoặc tình cờ BẰNG Một Người tin đạo?

Cho phép Chúa tinh chế sự nhận thức của bạn .

HOẠT ĐỘNG VÌ VÂNG LỜI

Hôm nay, luyện tập **cố ý sự đại diện** .

- Chọn một bình thường sự tương tác
- Hỏi bản thân bạn: *Làm sao sẽ Chúa Kitô là được đại diện đây?*
- Trả lời do đó—với duyên dáng, sự thật, tính kiên nhẫn, hoặc lòng can đảm

Đại sứ là sống một chốc lát Tại Một thời gian.

NHÓM CUỘC THẢO LUẬN CÂU HỎI

1. Cái gì làm Nó thực tế nghĩa là ĐẾN sống BẰNG Chúa Kitô Đại sứ?
2. Làm sao LÀM mỗi ngày hành động hình dạng Làm sao người khác nhận biết Chúa Kitô?

3. Cái gì thách thức làm nhất quán sự biểu diễn khó?

CẦU NGUYỆN

Cha ơi, con nhận trách nhiệm đại diện cho Chúa Kitô.
(Hãy hòa hợp) Của tôi từ, hành động, Và thái độ với
Của bạn trái tim. Hãy để Của tôi mạng sống phản ánh
cái sự thật TÔI giáo sư.
Giúp đỡ Tôi sống một cách có ý thức BẰNG
Của bạn Đại sứ. Amen.

TIÊN TRI TUYÊN NGÔN

TÔI là Chúa Kitô đại sứ TRONG cái này thế giới.
Của tôi mạng sống phản ánh Của anh ấy sự
thật, yêu, Và Tôi có thẩm quyền. Tôi trung
thành đại diện cho Chúa Kitô ở mọi nơi.
Chúa là được tôn vinh bởi vì Của tôi sự vâng lời.

SỰ CAM KẾT ĐẾN VÂNG LỜI

Hôm nay, TÔI làm ĐẾN cuộc sống một cách có ý thức
BẰNG Chúa Kitô đại sứ. Tôi sẽ căn chỉnh Của tôi hằng
ngày mạng sống với cái tin nhắn TÔI mang.
TÔI chọn trung thành sự biểu diễn qua sự tiện lợi.

NHÌN PHÍA TRƯỚC ĐẾN NGÀY HAI MƯƠI CHÍN

BẰNG cái hành trình gần hoàn thành, Chúa mang lại chúng ta ĐẾN Một cuối cùng bên trong tư thế:

Cuộc sống sẵn sàng.

Ngày mai chúng tôi sẽ khám phá:

Cái gì Nó có nghĩa ĐẾN sống đã chuẩn bị—không có nỗi sợ hãi—vì vĩnh cửu.

NGÀY HAI MƯƠI CHÍN

NGƯỜI SỐNG SẴN SÀNG VÌ VĨNH CỬU

KEY TẬP TRUNG KINH THÁNH

"Dạy bảo chúng ta ĐẾN con số của chúng tôi ngày, cái đó chúng tôi có thể nhận được Một trái tim của khôn ngoan."

— Thánh vịnh 90:12

"Vì ĐẾN Tôi, ĐẾN sống là Chúa Kitô, Và ĐẾN chết là nhận được."

— Phi-líp 1:21

"Vì thế cái đó chúng tôi có thể có sự tự tin Và không là xấu hổ trước Anh ta Tại Sự trở lại của Ngài ."

— 1 Giăng 2:28

"Bộ của bạn tâm trí TRÊN đồ đạc bên trên, không TRÊN đồ đạc TRÊN cái trái đất."

— Cô-lô-xi 3:2

CỦA AUGUSTINE SỐNG CHỐC LÁT

TRONG cái cuối cùng mùa của của anh ấy mạng sống, **Augustine của Hà m** sống với MỘT Nhận thức vững chắc về sự vĩnh hằng.

Không phải vì

sợ hãi. Không

phải với sợ hãi.

Nhưng với **sự**

rõ ràng .

Anh ta KHÔNG dài hơn bám chặt ĐẾN thời gian. Anh ta được quản lý Nó. Augustine hiểu sống sẵn sàng vì vĩnh cửu làm không nghĩa là rút lui từ cuộc sống—nó có nghĩa là Sống mỗi ngày với sự hòa hợp vĩnh cửu.

Cái chết đã từng là KHÔNG dài
hơn MỘT Sự gián đoạn. Đó là một
sự chuyển tiếp.

Bởi vì của anh ấy mạng sống có là đã đặt hàng theo hướng Chúa, vĩnh cửu cảm thấy thân thuộc còn hơn là nước ngoài.

MẠNG SỐNG BÀI HỌC

Sự sẵn sàng vì vĩnh cửu sản xuất hòa bình TRONG cái hiện tại.

Kinh thánh không bao giờ cuộc gọi những người tin tưởng ĐẾN nỗi sợ vĩ cửu. Nó cuộc gọi chúng ta ĐẾN sống **chuẩn bị** .

Khi Chúa Kitô là cái trung tâm của mạng sống, vĩnh cửu trở thành sự liên tục—không sự mất mát.

Cuộc sống sẵn sàng có nghĩa:

- Giữ những thứ trần tục một cách lỏng lẻo
- Đi bộ hằng ngày TRONG sự ăn năn hối lỗi Và vâng lời
- Neo giữ mong vượt ra thời gian

Những thứ kia Ai sống sẵn sàng LÀM không cây bấc cuộc sống—họ **chuộc l** Nó.

GƯƠNG CHỐC LÁT (RIÊNG TƯ SỰ PHẢN XẠ)

Phản ánh lặng lẽ:

- Nếu như Hôm nay đã từng của bạn cuối cùng ngày, Gì sẽ duy trì Chưa được giải quyết?
- Cái gì tệp đính kèm làm vĩnh cửu cảm thấy xa xôi hơn là hơn đầy hy vọng?
- Là Bạn cuộc sống đã chuẩn bị—hoặc chỉ giả sử thời gian?

Cho phép cái Tinh thần mang đến dịu dàng sự rõ ràng, không sự lo lắng.

HOẠT ĐỘNG VÌ VÂNG LỜI

Hôm nay, luyện tập **vĩnh cửu sự căn chỉnh** .

- Địa chỉ một chưa được giải quyết vâng lời hoặc mối quan hệ
- Giải phóng một trần gian tệp đính kèm cái đó nắm giữ của bạn trái tim cũng vậy chặt chẽ
- Cám ơn Chúa vì cái mong của vĩnh cửu

Sự sẵn sàng phát triển bởi vì cố ý sự căn chỉnh.

NHÓM CUỘC THẢO LUẬN CÂU HỎI

1. Tại sao làm vĩnh cửu thường cảm thấy tóm tắt hơn là hơn hiện tại?
2. Làm sao làm cuộc sống sẵn sàng ảnh hưởng hằng ngày Ưu tiên là gì?
3. Cái gì giúp đỡ những người tin tưởng sống chuẩn bị không có nỗi sợ?

CẦU NGUYỆN

Bố, dạy bảo Tôi ĐẾN sống với vĩnh cửu TRONG xem. Xóa nỗi sợ Và thay thế Nó với sự đảm bảo.

Hãy giúp tôi sắp xếp thời gian trong ngày
một cách khôn ngoan và có trách nhiệm .
sống sẵn sàng—chưa sợ hãi—nhưng chắc
chắn TRONG Chính bạn. Amen.

TIÊN TRI TUYÊN NGÔN

TÔI sống sẵn sàng vì vĩnh cửu.
Của tôi mong là neo đậu vượt ra cái này mạng sống.
Tôi sống trong bình an, vững tin và vâng
phục. Chúa Kitô là sự sống của tôi—bây giờ
và mãi mãi.

SỰ CAM KẾT ĐẾN VÂNG LỜI

Hôm nay, TÔI làm ĐẾN cuộc sống chuẩn bị
vì vĩnh cửu. Tôi sẽ đặt hàng Của tôi mạng
sống theo ĐẾN vĩnh cửu sự thật.
TÔI chọn sự sẵn sàng bám rễ trong Chúa Kitô.

NGÀY THỨ BA MƯƠI

ĐƯỢC VIẾT QUA CHÚA, KHÔNG QUA ĐÀN ÔNG

KEY TẬP TRUNG KINH THÁNH

"Bạn là của chúng tôi thư tín viết TRONG của chúng tôi trái tim, được biết đến Và đọc qua tất cả đàn ông; rõ ràng Bạn là MỘT thư tín của Chúa Kitô... viết không với mực Nhưng qua cái Tinh thần của Đức Chúa Trời hằng sống."

— 2 Cô-rinh-tô 3:2–3

"Qua của họ trái cây Bạn sẽ biết họ."

— Matthew 7:16

"Cho phép của bạn ánh sáng Vì thế chiếu sáng trước đàn ông."

— Matthew 5:16

"Vì chính Đức Chúa Trời là Đấng tác động trong anh em, ban cho anh em cả ý muốn lẫn khả năng làm điều tốt cho Ngài. vinh hạnh."

— Phi-líp 2:13

CỦA AUGUSTINE SỐNG CHỐC LÁT

Đến giai đoạn này của cuộc đời, **Thánh Augustine thành Hippo** đã hiểu ra điều mà nhiều tín đồ không bao giờ thực sự nắm bắt được:

Của anh ấy mạng sống đã từng là KHÔNG dài hơn riêng tư.

Không phải vì ông tìm kiếm sự chú ý—mà vì sự vâng lời để lại **bằng chứng** . Augustine biết rằng bằng chứng mạnh mẽ nhất mà ông mang theo không phải là các tác phẩm, bài giảng hay lập luận của ông. Đó là công việc hữu hình của Chúa được khắc ghi trong tính cách của ông.

Anh ta có một lần đã thử ĐẾN tác giả của anh
ấy sở hữu danh tính. Giờ đây, ông cho phép
Chúa viết nên câu chuyện.
Con người có thể chỉnh sửa
câu chuyện. Chúa viết **sự**
biến đổi .

MẠNG SỐNG BÀI HỌC

Mọi mạng sống kể Một câu chuyện—cho dù cố ý hoặc không.

Kinh Thánh khẳng định rằng những người tin Chúa là những bức thư sống động, luôn được thế giới đọc không ngừng. Cái câu hỏi là không *nếu như* chúng tôi là hiện tại đọc, Nhưng **Ai là đang làm cái viết** .

MỘT mạng sống viết qua đàn ông là hình dạng qua:

- Văn hoá
- Áp lực
- Nỗi sợ của ý kiến

MỘT mạng sống viết qua Chúa là hình dạng qua:

- Sự vâng lời
- Sự ăn năn
- Duyên dáng
- Sự thật

Chỉ một một sản xuất hoa quả cái đó vẫn tồn tại.

GƯƠNG CHỐC LÁT (RIÊNG TƯ SỰ PHẢN XẠ)

Ngồi cẩn thận với những cái này câu hỏi:

- Ai có là tạo hình của bạn câu chuyện nhất—Chúa hoặc mọi người?
- Cái gì tin nhắn làm của bạn hiện hành lối sống giao tiếp?
- Nếu như người nào đó "đọc" của bạn mạng sống, Gì sẽ họ học hỏi Về Chúa Kitô?

Hãy để Đức Thánh Linh soi xét không phải lời nói của bạn, mà là **cách hành động của bạn** . **HÀNH ĐỘNG VÌ VÂNG LỜI**

Hôm nay, một cách có ý thức nộp của bạn câu chuyện ĐẾN Chúa.

- Nhận dạng một khu vực Ở đâu Bạn có cho phép bên ngoài giọng nói ĐẾN hình dạng Bạn
- Đầu hàng Nó cố ý ĐẾN cái Thánh Tinh thần

- Cầu nguyện cái này đọc to:
  "Lạy Chúa, viết Của bạn sự thật vào trong Của tôi mạng sống."

Sự vâng lời là Của Chúa mực.

NHÓM CUỘC THẢO LUẬN CÂU HỎI

1. Cái gì làm Nó nghĩa là ĐẾN là Một "cuộc sống thư tín" TRONG thực tế điều khoản?
2. Làm sao làm văn hoá nỗ lực ĐẾN tác giả của chúng tôi danh tính?
3. Tại sao làm dễ thấy hoa quả vấn đề hơn hơn bằng lời nói Lời thú tội?

CẦU NGUYỆN

Bố, TÔI năng suất Của tôi mạng sống ĐẾN
Bạn BẰNG cái Tác giả. Hãy xóa những gì
bạn không viết.
Khắc Của bạn sự thật vào trong Của tôi tính cách.
Cho phép Của tôi mạng sống giao tiếp Chúa Kitô rõ
ràng ĐẾN cái thế giới. Amen.

TIÊN TRI TUYÊN NGÔN

Của tôi mạng sống là viết qua Chúa, không qua đàn ông.
Cái Tinh thần của cái cuộc sống Chúa hình dạng
Của tôi Phẩm chất. Sự vâng phục của tôi làm
chứng cho Chúa Kitô.
TÔI là Một cuộc sống thư từ, đọc qua thế giới.

SỰ CAM KẾT ĐẾN VÂNG LỜI

Hôm nay, tôi quyết tâm sống có chủ đích trước
mặt Chúa . sẽ không cho phép văn hoá hoặc áp
lực ĐẾN định nghĩa Tôi.
TÔI chọn ĐẾN là viết qua cái Tinh thần của cái cuộc sống Chúa.

NHÌN PHÍA TRƯỚC ĐẾN NGÀY BA MƯƠI MỘT

Hiện nay cái đó chúng tôi hiểu **Ai là viết** , chúng tôi phải đối mặt **Gì được sản xuất** .

NGÀY BA MƯƠI MỘT

KHI KHÔNG MỘT LÀ ĐANG XEM

A KỊCH BẢN ĐẾN ĐI VÀO

Nó là MỘT bình thường chốc lát.

KHÔNG thông
báo.

KHÔNG nhân
chứng.

KHÔNG áp lực từ bất cứ ai
Còn cách khác. Bạn chỉ có một
mình với sự lựa chọn của
mình.

Nó nhỏ đến mức nếu bạn phớt lờ thì sẽ chẳng ai để ý. Điều đó là hợp lý. đủ cái đó Bạn có thể giải thích Nó xa. Im lặng đủ cái đó Nó cảm thấy Không đáng kể.

Và nhưng—bạn do dự.

Không bởi vì của Hậu quả.

Không phải vì danh tiếng.

Nhưng bởi vì thứ gì đó TRONG Bạn biết:

**cái này chốc lát là hiện tại được
viết . SỰ THẬT BÌNH TĨNH**

Hầu hết của mạng sống là không sống TRÊN Một sân khấu.

Nó hiện hữu trong những căn phòng không ai vỗ tay, trong những quyết định không ai ghi lại, trong những suy nghĩ. KHÔNG một nghe thấy. Kinh thánh không bao giờ đồ ăn vặt những cái này những khoảnh khắc BẰNG trung lập. Nó Coi chúng như **những yếu tố hình thành nhân cách** .

Cái gì Bạn luyện tập TRONG bí mật sau cùng xuất hiện TRONG công cộng.

KINH THÁNH BẰNG NHÂN CHỨNG

"Của bạn Bố Ai nhìn thấy TRONG bí mật sẽ phần thưởng Bạn một cách công khai."

— Matthew 6:6

"Anh ta Ai là trung thành TRONG Gì là ít nhất là trung thành Mà còn TRONG nhiều."

— Luke 16:10

"Tìm kiếm Tôi, O Chúa, Và biết trái tim tôi ."

— Thánh vịnh 139:23

MỘT DỊU DÀNG CHỈ DẪN

Nếu hôm nay bạn luyện tập sự vâng lời **mà không cần phần thưởng thì sao** ? Không phải vì điều đó sẽ được chú ý.

Không bởi vì Nó sẽ là được khen ngợi. Nhưng vì Chúa nhìn thấy.

Chọn câu trả lời đúng. Hãy cho biết. cái sự thật Bạn có thể trốn.

Hãy từ bỏ thói quen mà không ai biết đến.

Hãy để khoảnh khắc này thuộc về riêng Chúa.

MỘT CÂU HỎI ĐẾN NGỒI VỚI

Nếu như cái này chốc lát đã từng cái chỉ một trang người nào đó bao giờ đọc của của bạn cuộc sống, cái gì sẽ Nó nói Về Ai Bạn là Trở thành?

Đừng vội vàng trả lời câu hỏi.

Hãy để nó "đọc" bạn.

MỘT ĐƠN GIẢN HOẠT ĐỘNG

Hôm nay, nhận dạng **một riêng tư chốc lát** Và chọn vâng lời Ở đó.

Đừng công bố điều đó.

LÀM không ghi Nó.

LÀM không giải thích Nó.

Cho phép Nó là tôn thờ.

MỘT CẦU NGUYỆN (YÊN LẶNG) (Nói)

Bố,

Dạy bảo Tôi ĐẾN sống trước Bạn, không trước mọi người. Hình thức Của tôi tính cách Ở đâu KHÔNG một nhìn thấy.

Viết sự thật vào trong cái ẩn giấu địa điểm
của Của tôi Cuộc sống. Tôi chọn sự chung
thủy trong thầm lặng.
Amen.

MỘT MỀM MẠI TUYÊN NGÔN

TÔI sống trước cái mắt của Chúa.
Của tôi vâng lời làm không phụ thuộc TRÊN khả năng hiển thị.
TÔI chọn sự trung thành khi KHÔNG một đang theo dõi.

NHÌN PHÍA TRƯỚC ĐẾN NGÀY BA MƯƠI HAI

Ngày mai, cái cài đặt thay đổi.
Có *người* đang quan sát—nhưng họ hiểu lầm bạn. Chúng
ta sẽ cùng tìm hiểu:

NGÀY BA MƯƠI HAI – Khi Bạn Bị hiểu lầm

Làm sao Một cuộc sống thư tín phản hồi khi đọc Sai rồi.

NGÀY BA MƯƠI HAI
KHI BẠN LÀ HIỂU LẠC

A KỊCH BẢN ĐẾN ĐI VÀO

Bạn có nghĩa là Tốt.

Ý định của bạn rất trong sáng. Lời nói của bạn rất cẩn trọng. phán quyết đã từng là cầu nguyện.

Chưa bằng cách nào đó, Gì người khác đã nghe đã từng là không Gì Bạn Điều họ cho là đúng không phải là điều bạn đang mang theo.

Cái gì họ lặp lại đã từng là không Gì Thực ra Chuyện đã xảy ra. Bạn cảm thấy thôi thúc muốn giải thích.

ĐẾN Chính xác cái

Ghi âm. Để tự vệ.

Và Bạn tạm dừng.

CÁI IM LẶNG CĂNG THẲNG

Bị hiểu lầm là một trong những trải nghiệm khó chịu nhất khi tuân phục.

Nó cảm thấy Bất công.

Nó cảm thấy phơi bày.

Nó cảm thấy giống im lặng có thể Nhìn giống tội lỗi.

Nhưng Kinh Thánh không bao giờ hứa rằng sự vâng lời sẽ luôn được hiểu đúng. Đôi khi, lòng trung thành được thử thách không phải bởi sự chống đối mà bởi **sự hiểu sai** .

Cái gì Bạn LÀM Kế tiếp vấn đề hơn hơn Gì đã từng là nói.

KINH THÁNH BẰNG NHÂN CHỨNG

"Khi Anh ta đã từng là bị phỉ báng, Anh ta làm không phỉ báng TRONG trở lại."

— 1 Peter 2:23

"MỘT Tốt tên là hơn là ĐẾN là được chọn hơn Tuyệt sự giàu có."

— Châm ngôn 22:1

"Làm của bạn đường ĐẾN cái Chúa ơi... Và Anh ta nên mang đến Nó ĐẾN vượt qua."

— Thánh vịnh 37:5

MỘT DỊU DÀNG CHỈ DẪN

Điều gì sẽ xảy ra nếu hôm nay bạn tin tưởng vào **tính cách hơn là lời giải thích** ? Không. mọi hiểu lầm nhu cầu Một phản ứng.

Không phải mọi lời buộc tội đều cần lời giải thích. Không phải mọi sự im lặng đều là sự đầu hàng.

Đôi khi, phản ứng trung thực nhất là giữ vững lập trường—cho phép thời gian, sự thật, Và hoa quả ĐẾN nói chuyện hơn rõ ràng hơn phòng thủ bao giờ có thể.

MỘT CÂU HỎI ĐẾN NGỒI VỚI

LÀM Bạn lòng tin Chúa đủ ĐẾN cho phép Anh ta **Bạn muốn minh oan** , hay bạn cảm thấy có trách nhiệm phải kiểm soát câu chuyện? Hãy để cái câu hỏi ổn định trước Bạn trả lời Nó.

MỘT ĐƠN GIẢN HOẠT ĐỘNG

Hôm nay, hãy kiềm chế sự thôi thúc muốn sửa chữa một sự hiểu lầm nào đó. Không phải vậy. vĩnh viễn.

Không Một cách thụ động.

Nhưng cầu nguyện. Hãy hỏi Chúa:

"Là Của tôi phản ứng cần thiết—hoặc là Của tôi sự ổn định đủ?"

Sau đó hành động Theo đó.

MỘT CẦU NGUYỆN (YÊN LẶNG) (Nói)

Bố,

Bạn nhìn thấy Gì người khác Đọc nhầm.

Dạy bảo Tôi ĐẾN trả lời với khôn ngoan,

không Nỗi sợ hãi. Xin giúp con tin tưởng Ngài và giao phó danh tiếng của con cho Ngài.

TÔI địa điểm Của tôi tên

TRONG Của bạn sự quan tâm.

Amen.

MỘT MỀM MẠI TUYÊN NGÔN

TÔI LÀM không nỗ lực ĐẾN phòng vệ chính tôi. Chúa là cái người giữ của Của tôi tên.

TÔI duy trì trung thành khi bị hiểu lầm.

NHÌN PHÍA TRƯỚC ĐẾN NGÀY BA MƯƠI BA

Ngày mai, cái căng thẳng trở nên sâu hơn.

Cái giá phải trả không còn là sự hiểu lầm

nữa, mà là **mối quan hệ** .

Chúng tôi sẽ khám phá:

NGÀY BA MƯƠI BA – Khi Sự thật Chi phí Bạn Mối quan hệ

Làm sao Một cuộc sống thư tín nói Thành thật không có đang cố gắng ĐẾN điều khiển cái Kết quả.

NGÀY BA MƯƠI BA

KHI SỰ THẬT LÀM TỔN THƯƠNG CÁC MỐI QUAN HỆ

A KỊCH BẢN ĐẾN ĐI VÀO

Bạn làm không kế hoạch khoảng cách.

Nó diễn ra từ từ—

Một tạm dừng

TRONG cuộc trò

chuyện, sự thay đổi

giọng điệu,

MỘT không nói ra căng thẳng.

Bạn đã nói Thành thật, Nhưng không

một cách khắc nghiệt. Bạn đã chọn

chính trực, không Sự khiêu khích. Tuy

nhiên, điều gì đó đã thay đổi.

Mối quan hệ không tan vỡ một cách đột

ngột. Nó **trôi dạt** .

Và Bạn cảm thấy cái cân nặng của Nó.

CÁI IM LẶNG ĐẤU TRANH

Sự thật thường mang Một trị giá chúng tôi

hiếm khi chuẩn bị vì. Không phải sự từ chối

từ người lạ—

Nhưng khoảng cách từ mọi người chúng tôi chăm sóc Về.

Kinh thánh không bao giờ lời hứa cái đó sự thật sẽ luôn luôn là Được chào đón. Đôi khi nó phơi bày, gây xáo trộn hoặc làm gián đoạn những điều mà người khác chưa sẵn sàng đối mặt. Trong những trường hợp đó những khoảnh khắc, yêu là đã được kiểm tra—không qua im lặng, Nhưng qua **trung thành sự trung thực không thể kiểm soát** .

Bạn không thể quyết định Làm sao
người khác Trả lời. Bạn Có thể chỉ một
quyết định Làm sao Bạn vẫn còn đó.

KINH THÁNH LÀ BẰNG CHỨNG

"Là TÔI Hiện nay tìm kiếm cái sự chấp thuận của người đàn ông, hoặc của Chúa?"

— người Galati 1:10 "Nói
chuyện cái sự thật TRONG
yêu."
— Ê-phê-sô 4:15
"Được ban phước là Bạn khi mọi người sự sỉ nhục Bạn... bởi vì của Ta."
— Matthew 5:11

MỘT DỊU DÀNG CHỈ DẪN

Điều gì sẽ xảy ra nếu hôm nay bạn từ bỏ nhu cầu **bảo tồn?**
Kết quả ? Bạn Có thể yêu sâu sắc Và vẫn là không đồng ý
với.
Bạn Có thể nói chuyện sự thật nhẹ nhàng Và vẫn là đã chống cự.
Bạn Có thể duy trì trung thành không có ép buộc Hòa
giải. Trách nhiệm của bạn là vâng lời.
Của Chúa trách nhiệm là trái tim.

MỘT CÂU HỎI ĐẾN NGỒI VỚI

Là Bạn hơn sợ của mất đi các mối quan hệ
-hoặc của thua chính trực?
Ngồi với cái câu hỏi dài đủ ĐẾN trả lời Thành thật.

MỘT ĐƠN GIẢN HOẠT ĐỘNG

Hôm nay, chọn sự trung thành qua Sự
nhượng bộ. Đừng rút lui.
LÀM không Giải
thích quá kỹ. Đừng
cứng nhắc.
Duy trì Tốt
bụng. Hãy giữ
nguyên như
vậy. trung thực.
Duy trì mở—không có đuổi theo sự chấp nhận.

MỘT CẦU NGUYỆN (YÊN LẶNG) (Nói)

Bố,
Bạn biết cái trị giá của sự thật nói TRONG
yêu thương. Giúp đỡ Tôi duy trì trung thành

không có sự oán giận.
Người bảo vệ Của tôi trái tim từ thỏa hiệp Và từ Sự cứng rắn. Con tin tưởng Ngài trong mọi mối quan hệ.
Amen.

MỘT MỀM MẠI TUYÊN NGÔN

TÔI chọn sự thật nói TRONG yêu.
TÔI giải phóng điều khiển qua kết quả.
TÔI duy trì trung thành, thậm chí khi Nó chi phí.

NHÌN PHÍA TRƯỚC ĐẾN NGÀY BA MƯƠI BỐN

Ngày mai, cái tập trung lượt bên trong
Một lần nữa. Không phải để lên án—mà là
để phục hồi. Chúng ta sẽ cùng tìm hiểu:

NGÀY BA MƯƠI BỐN – Khi Bạn Thất bại Sau đó Biết Tốt hơn

Làm sao Một cuộc sống thư tín phản hồi sau đó Một vấp ngã.

NGÀY BA MƯƠI BỐN

KHI BẠN THẤT BẠI SAU KHI BIẾT RÕ HƠN

A KỊCH BẢN ĐẾN ĐI VÀO

Nó làm bạn ngạc nhiên—không phải vậy bởi vì nó đã xảy ra, nhưng vì **bạn biết tốt hơn** .

Bạn có đã trưởng thành. Bạn có đã học được.

Bạn có đã giải quyết không ĐẾN trở lại ở đó lại.

Thế mà, giờ đây bạn đang đối mặt với một khoảnh khắc mà bạn tưởng chừng đã vượt qua. Không có sự sụp đổ đột ngột nào cả.

Chỉ Một im lặng nhận thức.

MỘT thân thuộc Thất vọng.

Và Một câu hỏi hình thành bên dưới cái bề mặt:

"Cái gì làm cái này nói Về Tôi Hiện nay?"

CÁI IM LẶNG SỰ NGUY HIỂM

Thất bại sau khi đã trưởng thành mang một sức nặng đặc biệt. Nó cám dỗ bạn trốn tránh hơn là ăn năn.

ĐẾN rút còn hơn là trở lại.

ĐẾN trình diễn sức mạnh hơn là hơn luyện tập Sự trung thực. Nhưng Kinh Thánh không bao giờ coi sự ăn năn là sự thụt lùi. Kinh Thánh coi đó là **sự tiếp nối** .

Cái sự nguy hiểm là không rơi xuống.

Cái sự nguy hiểm là giả vờ Bạn Không.

KINH THÁNH BẰNG NHÂN CHỨNG

"Nếu như chúng tôi xưng của chúng tôi tội lỗi, Anh ta là trung thành Và chỉ ĐẾN tha thứ chúng ta."

— 1 John 1:9

"MỘT công chính người đàn ông có thể ngã bảy lần Và tăng lên lại."
— Châm ngôn 24:16
"Tạo nên TRONG Tôi Một lau dọn trái tim, O Chúa."
— Thánh vịnh 51:10

MỘT DỊU DÀNG CHỈ DẪN

Nếu hôm nay bạn thực hành **sự ăn năn thành thật thì sao** ? Không tự lên án bản thân.
Không viện cớ.
Không phải dùng ngôn từ tâm linh để che đậy sự khó chịu. Chỉ là... sự trung thực.
Tên Gì đã xảy ra. Mang đến Nó vào trong cái ánh sáng.
Hãy để lòng khoan dung khôi phục sự chính trực—chứ không phải xóa bỏ trách nhiệm. Sự trưởng thành không được chứng minh bằng sự hoàn hảo.
Nó là đã được chứng minh qua **Làm sao nhanh chúng tôi trở lại** . **MỘT CÂU HỎI ĐỂ SUY NGẪM**

Khi Bạn thất bại, LÀM Bạn di chuyển **theo hướng Chúa** -hoặc lặng lẽ sự lôi kéo xa?
Cho phép cái câu hỏi đọc của bạn bản năng.

MỘT ĐƠN GIẢN HOẠT ĐỘNG

Hôm nay, nói chuyện Thành thật ĐẾN Chúa Về một Thất bại. Không giải thích.
KHÔNG so sánh.
Không trì hoãn.
Sau đó lấy một bé nhỏ bước chân ĐẾN sắp xếp lại—
không ĐẾN chứng minh bất cứ điều gì, Nhưng ĐẾN trở lại hoàn toàn.

MỘT CẦU NGUYỆN (YÊN LẶNG) (Nói)

Bố,
Con xin dâng lên Ngài những thất bại của con mà không hề che giấu. Cảm

ơn Ngài . Bạn cái đó duyên dáng vẫn gặp gỡ Tôi ở đây. Khôi phục Của tôi chính trực Và gia hạn Của tôi Trái tim tôi. Tôi chọn sự hối cải thay vì rút lui.
Amen.

MỘT MỀM MẠI TUYÊN NGÔN

TÔI LÀM không trốn sau đó sự thất bại.
Ân điển phục hồi tôi và lẽ thật dẫn dắt
tôi trở lại đúng hướng. Tôi lại đứng dậy
và tiếp tục sống trung thành.

NHÌN PHÍA TRƯỚC ĐẾN NGÀY BA MƯƠI LĂM

Ngày mai, cái ống kính ca làm việc bên
ngoài Lại một lần nữa. Điều này thời
gian, cái người đọc là không Họ đang
gặp khó khăn nhưng vẫn **được tin
tưởng** .

Chúng tôi sẽ khám phá:

NGÀY BA MƯƠI LĂM – Khi Bạn Có Thẩm quyền

Làm sao Một cuộc sống thư tín mang ảnh hưởng không có lạm dụng Nó.

NGÀY BA MƯƠI LĂM

KHI BẠN CÓ QUYỀN HÀNH

A KỊCH BẢN ĐẾN ĐI VÀO

Bạn để ý Nó chậm.
Mọi người tạm dừng khi Bạn
Hãy nói. Họ đang hỏi ý kiến
của bạn.
Họ điều chỉnh của họ quyết định dựa trên TRÊN của bạn từ.
Bạn làm không hỏi vì cái này không gian—nhưng Bạn Hiện nay chiếm đóng Nó. Quyền lực đã đến một cách lặng lẽ.
Không với Một tiêu đề.
Không với MỘT Thông
báo. Nhưng có sức ảnh
hưởng.
Và câu hỏi không còn là liệu bạn có phải là người lãnh đạo hay không nữa — mà là **Làm sao** .

CÁI IM LẶNG BÀI KIỂM TRA

Quyền lực cho thấy những gì mà quá trình
hình thành đã tạo nên. Nó không tạo ra
tính cách.
Nó phơi bày Nó.
Thẩm quyền Có thể là đã sử dụng ĐẾN phục
vụ—hoặc ĐẾN Đảm bảo. Để bảo vệ—hoặc
để gây áp lực.
ĐẾN hướng dẫn—hoặc ĐẾN điều khiển.

Kinh Thánh coi quyền lực là sự quản lý, chứ không phải là quyền được hưởng. Bạn làm gì với quyền lực đó? ảnh hưởng hình dạng không chỉ một kết quả, Nhưng **mọi người** .

KINH THÁNH BẰNG NHÂN CHỨNG

"Bất cứ ai mong muốn ĐẾN trở nên Tuyệt giữa Bạn, cho phép anh ta là của bạn người hầu."

— Matthew 20:26

"Không thống trị Nó qua những thứ kia được giao phó ĐẾN Bạn, Nhưng hiện tại ví dụ."

— 1 Phi-e-rơ 5:3

"ĐẾN ai nhiều là được cho, nhiều sẽ là yêu cầu."
— Luke 12:48

MỘT DỊU DÀNG CHỈ DẪN

Nếu hôm nay bạn thực hành **phong cách lãnh đạo tiết chế thì sao** ? Không khẳng định mọi ý kiến của mình.
Không sửa chữa mọi lỗi.
Không dùng ảnh hưởng để bảo vệ sự thoải mái. Hãy lắng nghe. Dài hơn.
Nói chuyện cẩn thận.
Hãy hành động với nhận thức rằng lời nói của bạn có trọng lượng. Quyền lực an toàn nhất khi được sử dụng một cách nhẹ nhàng.

MỘT CÂU HỎI ĐẾN NGỒI VỚI

Làm của bạn ảnh hưởng làm mọi người **hơn miễn phí** -hoặc hơn cẩn thận xung quanh Bạn?
Cho phép cái câu hỏi phơi ra âm điệu, không ý định.

MỘT ĐƠN GIẢN HOẠT ĐỘNG

Hôm nay, sử dụng thẩm quyền ĐẾN **bảo vệ** , không ĐẾN gây ấn tượng.

- Mời khác tiếng nói vào trong một quyết định
- Chậm xuống Một phản ứng cái đó có thể áp đảo
- Chọn chăm sóc qua điều khiển

Cho phép mọi người cảm thấy an toàn dưới của bạn ảnh hưởng.

MỘT CẦU NGUYỆN (YÊN LẶNG) (Nói)

Bố,
Bạn nhìn thấy cái ảnh hưởng Bạn có được giao phó ĐẾN Tôi. Hãy bảo vệ trái tim tôi khỏi sự kiêu ngạo và lạm dụng.
Dạy bảo Tôi ĐẾN chỉ huy với sự khiêm nhường Và Hãy quan tâm.
Nguyện xin quyền năng của con phản

ánh tấm lòng của Ngài.

Amen.

MỘT MỀM MẠI TUYÊN NGÔN

Tôi nắm giữ tầm ảnh hưởng
với thái độ khiêm tốn. Quyền
lực của tôi phục vụ, chứ không
phải để kiểm soát.

Chúa hình dạng người khác bởi vì Của tôi sự trung thành.

NHÌN PHÍA TRƯỚC ĐẾN NGÀY BA MƯƠI SÁU

Ngày mai, cái Bài kiểm tra trở thành hơn

tinh tế. Không. thẩm quyền-

Nhưng **hiệu suất** .

Chúng ta sẽ cùng

tìm hiểu:

NGÀY BA MƯƠI SÁU – Khi Bạn Là cám dỗ ĐẾN Trình diễn

Làm sao Một cuộc sống thư tín vẫn còn chân thành khi khả năng hiển thị tă lên.

NGÀY BA MƯƠI SÁU

KHI BẠN LÀ CÁM DỤ ĐỂ THỰC HIỆN

A KỊCH BẢN ĐẾN ĐI VÀO

Bạn để ý Một sự thay đổi.

Bạn là hơn nhận thức của Làm sao Bạn Âm thanh. Chú ý hơn đến vẻ bề ngoài của bạn.

Hãy cẩn trọng hơn với những gì người khác kỳ vọng ở bạn. Không có gì cả. là sai—nhưng thứ gì đó cảm thấy **Đã được quản lý tốt** . Bạn vẫn đang làm đúng mọi việc.

Vẫn nói rằng cái Phải Từ ngữ. Vẫn xuất hiện.

Chưa bên dưới Nó tất cả, ở đó là áp lực. Không tuân theo—

Nhưng ĐẾN **duy trì** .

CÁI IM LẶNG SỰ NGUY HIỂM

Hiệu suất thường cải trang chính nó BẰNG Sự trung thành. Nó giống như kỷ luật.

Nó âm thanh giống Sự tận tâm. Cảm giác đó mang lại trách nhiệm.

Nhưng hiệu suất chậm thay thế sự hiện diện. Bạn ngừng tự hỏi, *"Mình có đang sống thật với chính mình không?"*

Và bắt đầu hỏi, *"Làm sao là TÔI hiện tại được nhận thức?"*

Kinh thánh không bao giờ cuộc

gọi chúng ta ĐẾN Gây ấn tượng.

Nó kêu gọi chúng ta **tuân theo** .

KINH THÁNH BẰNG NHÂN CHỨNG

"Cái này mọi người vinh dự Tôi với của họ môi, Nhưng của họ trái tim là xa tì Tôi."

— Matthew 15:8

"Bất cứ điều gì Bạn LÀM, LÀM Nó chân thành, BẰNG ĐẾN cái Chúa ơi."

— Cô-lô-xi 3:23

"Người đàn ông vẻ ngoài Tại cái bên ngoài vẻ bề ngoài, Nhưng cái Chúa vẻ ngoài Tại cái trái tim."

— 1 Samuel 16:7

MỘT DỊU DÀNG CHỈ DẪN

Nếu hôm nay bạn thực hành **sự chân thành thầm lặng thì sao** ? Hãy làm điều gì đó trung thực mà không ai nhìn thấy.

Hãy nói thật lòng ở những nơi mà việc thể hiện bản thân dễ dàng hơn. Hãy để đi của cái áp lực ĐẾN xuất hiện nhất quán-

Và chọn ĐẾN **là** nhất quán.

Chúa là không ấn tượng qua Vẻ bề ngoài. Ông ấy hài lòng với sự thật.

MỘT CÂU HỎI ĐẾN NGỒI VỚI

Nếu như KHÔNG một đã từng đang xem, Sự vâng lời của bạn liệu có giống như vậy không? Hãy để câu hỏi ấy lặng lẽ hiện ra.

MỘT ĐƠN GIẢN HOẠT ĐỘNG

Hôm nay, giải phóng một hướng đến hiệu suất thói quen.

- Cầu nguyện không có đánh bóng
- Phục vụ không có hiện tại đã xem
- Tuân theo không có tín hiệu Nó

Cho phép sự chân thành thở lại.

MỘT CẦU NGUYỆN (YÊN LẶNG) (Nói)

Bố,

Miễn phí Tôi từ cái nhu cầu ĐẾN trình diễn.

Hãy đưa trái tim tôi trở lại với lòng chung thủy giản dị. Hãy để Của tôi vâng lời chảy từ

yêu, không áp lực. Tôi chọn sự chân thành trước Bạn.
Amen.

MỘT MỀM MẠI TUYÊN NGÔN

TÔI LÀM không trình diễn vì sự chấp thuận.
Của tôi vâng lời dòng chảy từ sự thật
Và Tình yêu. Chúa nhìn thấy tấm lòng
tôi, và thế là đủ.

NHÌN PHÍA TRƯỚC ĐẾN NGÀY BA MƯƠI BẢY

Ngày mai, sự căng thẳng lại chuyển ra bên
ngoài. Vấn đề không còn nằm ở những gì
bạn làm nữa—
Nhưng Gì Bạn **LÀM**
không Chúng ta sẽ cùng
tìm **hiểu** :

NGÀY BA MƯƠI BẢY – Khi Im lặng Là Dễ hơn Hơn Nhân chứng

Làm sao Một cuộc sống thư tín phản hồi khi lòng can đảm Điều này là bắt buộc.

NGÀY BA MƯƠI BẢY

KHI IM LẶNG LÀ DỄ HƠN HƠN LÀ CHỨNG KIẾN

A KỊCH BẢN ĐẾN ĐI VÀO

Cái chốc lát những người vượt qua nhanh chóng.
MỘT bình luận được tạo ra.
MỘT giả định không bị thách thức.
Một cơ hội lặng lẽ xuất hiện—và rồi cũng khép lại. Bạn đã cảm nhận được điều đó.
Cái đó bên trong Khẽ thúc.
Cái đó ngắn gọn nhận thức: *TÔI có thể nói chuyện đây.*
Nhưng Bạn Không.
Không phải vì bạn phủ nhận sự thật, mà vì im lặng có vẻ dễ dàng hơn.

CÁI IM LẶNG CĂNG THẲNG

Sự im lặng hiếm khi là trung lập. Đôi khi Nó là sự khôn ngoan. Đôi khi Nó là sự kiềm chế.
Nhưng Thỉnh thoảng, Nó là nỗi sợ ngụy trang BẰNG bình an. Kinh Thánh không bao giờ yêu cầu chúng ta nói liên tục—
Nhưng điều đó thôi thúc chúng ta phải trung thành khi sự thật cần được lên tiếng. Nguy hiểm không nằm ở sự

phản đối ồn ào.

Nó là im lặng bỏ sót.

KINH THÁNH BẰNG NHÂN CHỨNG

“Bất cứ ai phủ nhận Tôi trước đàn ông, anh ta TÔI sẽ Mà còn từ chối trước Của tôi Bố."

— Matthew 10:33

"Cho phép của bạn ánh sáng Vì thế chiếu sáng trước đàn ông.”

— Matthew 5:16

"Nếu bạn im lặng vào lúc này, sự cứu rỗi và giải thoát sẽ đến từ một nguồn khác." địa điểm."

— Esther 4:14

MỘT DỊU DÀNG CHỈ DẪN

Cái gì nếu như Hôm nay Bạn thực hành **dũng cảm Sự dịu dàng** ? Không lý lẽ.

Không đối đầu.

Không hiệu suất.

Chỉ cần nói sự thật—một cách bình tĩnh, tôn trọng và rõ ràng khi cần thiết. Bạn là không chịu trách nhiệm vì Làm sao sự thật là đã nhận.

Bạn là chịu trách nhiệm vì liệu Nó là bị giữ lại.

MỘT CÂU HỎI ĐẾN NGỒI VỚI

Khi Bạn ở lại im lặng,

là Nó bởi vì khôn ngoan cuộc gọi

vì Đó là do nó — hay vì nỗi sợ

hãi?

Cho phép cái câu hỏi chia cái hai.

MỘT ĐƠN GIẢN HOẠT ĐỘNG

Hôm nay, hãy lên tiếng một lần ở nơi mà bình thường bạn sẽ im lặng. Không phải vậy. lớn tiếng.

Không Về mặt

phòng thủ. Chỉ

vậy thôi . trung

thành. A câu.

MỘT câu hỏi.

MỘT im lặng sự rõ ràng.

Cho phép của bạn mạng sống là đọc **nói to** .

MỘT CẦU NGUYỆN (YÊN LẶNG) (Nói)

Bố,

Xin cho con sự sáng suốt để biết khi nào im lặng là khôn ngoan và khi nào nó là sự né tránh.

Tăng cường Tôi ĐẾN nói chuyện sự thật với sự khiêm nhường Và lòng can đảm. Tôi chọn sự trung thành qua an ủi.
Amen.

MỘT MỀM MẠI TUYÊN NGÔN

TÔI LÀM không trốn Của tôi sự tin tưởng TRONG im lặng.

Tôi lên tiếng khi sự thật cần được
cất lên. Chúa cho Tôi lòng can đảm
với sự dịu dàng.

NHÌN PHÍA TRƯỚC ĐẾN NGÀY BA MƯƠI TÁM

Ngày mai, cái Bài kiểm tra là không
Lòng can đảm - đó chính là **sức
chịu đựng** .

Chúng tôi sẽ khám phá:

NGÀY BA MƯƠI TÁM – Khi Bạn Là Mệt của Hiện tại Nhất quán

Làm sao Một cuộc sống thư tín vẫn còn trung thành khi mệt mỏi bộ TRON(

NGÀY BA MƯƠI TÁM

KHI BẠN LÀ MỆT CỦA LUÔN NHẤT QUÁN

A KỊCH BẢN ĐẾN ĐI VÀO

Không có gì là sai.

Ở đó là KHÔNG

khủng hoảng.

Không xung đột.

KHÔNG kịch Thất

bại. Chỉ là sự lặp lại.

Các lựa chọn vẫn

như cũ . như nhau

các ngành học.

Cái như nhau lòng trung thành—ngày

sau đó Ngày hôm nay. Bạn không hề

nản lòng.

Bạn là **mệt** .

Và ở đâu đó bên dưới cái mệt mỏi, Một nghĩ các hình thức:

Làm cái này vẫn vấn đề?

CÁI IM LẶNG MỆT MỎI

Sự kiên định hiếm khi mang lại

cảm giác anh hùng. Nó thường

không được chú ý.

Không được ca

ngợi. Bình

thường.

Kinh thánh không bao giờ tôn vinh sự phấn khích—nó vinh dự sức bền. Lòng trung thành hơn tất cả thời gian hình dạng tính cách hơn sâu sắc hơn những khoảnh khắc của cường độ bao giờ có thể.

Cái sự nguy hiểm là không dừng lại ngay.

Nó là **trôi dạt** — nới lỏng tiêu chuẩn bởi vì mệt mỏi những lời thì thầm sự ch phép.

KINH THÁNH BẰNG NHÂN CHỨNG

"Cho phép chúng ta không phát triển mệt mỏi trong khi đang làm Tốt."

— người Galati 6:9

"Anh ta Ai chịu đựng ĐẾN cái kết thúc nên là đã được cứu.

— Matthew 24:13

"Là kiên định, không thể lay chuyển, luôn luôn dồi dào TRONG cái công việc của cái Chúa ơi."

— 1 Cô-rinh-tô 15:58

MỘT DỊU DÀNG CHỈ DẪN

Nếu hôm nay bạn tôn vinh lòng trung thành **mà không cần cảm nhận nó thì sao** ? Đừng tìm kiếm động lực.

Đừng chờ đến khi gia

hạn. Chỉ cần duy trì.

Tính nhất quán không được duy trì bởi

cảm xúc mà bởi niềm tin.

MỘT CÂU HỎI ĐẾN NGỒI VỚI

Bạn có đang bị cám dỗ nới lỏng sự

vâng lời không phải vì điều đó là sai

trái—

Nhưng bởi vì Bạn là mệt?

Cho phép cái câu hỏi tên Gì Bạn cảm thấy.

MỘT ĐƠN GIẢN HOẠT ĐỘNG

Hôm nay, lặp lại một trung thành luyện tập

TRÊN mục đích . Không Tự động.

Không vội vẻ

bất mãn.

Nhưng một

cách có ý thức.

Cho phép của bạn tính nhất quán trở nên MỘT hành động của tôn thờ.

MỘT CẦU NGUYỆN (YÊN LẶNG) (Nói)

Bố,

Bạn nhìn thấy cái mệt mỏi TÔI mang.

Tăng cường Tôi ĐẾN duy trì trung thành khi năng

lượng là thấp. Hãy làm mới sức chịu đựng của tôi—không

phải bằng sự phấn khích, mà bằng sự thanh thản. Tôi

chọn ở lại.

Amen.

MỘT MỀM MẠI TUYÊN NGÔN

TÔI duy trì trung thành thậm chí khi TÔI là mệt.

Của Chúa duyên dáng duy trì Của tôi
Tính nhất quán. Sự vâng lời của tôi
vẫn rất quan trọng.

NHÌN PHÍA TRƯỚC ĐẾN NGÀY BA MƯƠI CHÍN

Ngày mai, cái tập trung Mở rộng.
Của bạn mạng sống là hiện tại đọc—không một
cách tình cờ, Nhưng Chúng ta sẽ cùng tìm hiểu
kỹ hơn về :

NGÀY BA MƯƠI CHÍN – Khi Của bạn Mạng sống Là Đọc Gần gũi

Làm sao sự căn chỉnh nói to hơn hơn chủ đích.

NGÀY BA MƯƠI CHÍN

KHI CỦA BẠN MẠNG SỐNG LÀ ĐỌC GẦN GŨI

A KỊCH BẢN ĐẾN ĐI VÀO

Bạn để ý Nó không có hiện tại nói.
Người nào đó đồng hồ Làm sao Bạn trả lời.
Không Gì Bạn nói—nhưng Gì Bạn LÀM
Tiếp theo. Không phải niềm tin của bạn—mà
là sự nhất quán của bạn. Họ không đặt câu
hỏi.
Họ LÀM không thử thách
Bạn. Họ chỉ đơn giản là
quan sát.
Cuộc đời bạn đang được
người khác đọc – một
cách chậm rãi, cẩn thận
và lặng lẽ **. TỈNH TÁO**

THỰC TẾ

Không tất cả độc giả thông báo Chính
bản thân mỗi người. Một số người
đọc trong im lặng.
Một số đọc qua thời gian.
Một số đọc không vì cảm hứng, Nhưng vì **xác minh** .

Kinh thánh dạy cái đó sự tin tưởng là sau cùng đã được kiểm tra—không qua chủ đích, nhưng bằng hoa quả. Khi cuộc sống là đọc gần gũi, sự căn chỉnh vấn đề hơn hơn Giải thích.

Tính nhất quán tạo nên uy tín. Tính chính trực tạo nên sự minh bạch.

KINH THÁNH BẰNG NHÂN CHỨNG

"Bạn sẽ biết họ qua trái cây của họ ."

— Matthew 7:16

"Cho phép của bạn chỉ đạo là xứng đáng của cái phúc âm của Chúa Kitô."

— Phi-líp 1:27

"Cung cấp đồ đạc trung thực TRONG cái thị giác của tất cả đàn ông."

— người La Mã 12:17

MỘT DỊU DÀNG CHỈ DẪN

Nếu hôm nay bạn thực hành **tư thế tĩnh lặng thì sao** ? Không thông báo.
KHÔNG điều chỉnh vì Hình thức bên ngoài. Không có sự tuân phục có chọn lọc.
Chỉ sống cái như nhau cách nào — liệu đã xem hoặc không.
Sự đồng thuận không đòi hỏi nỗ lực. Nó đòi hỏi **sự trung thực** .

MỘT CÂU HỎI ĐẾN NGỒI VỚI

Nếu như người nào đó theo sau của bạn mạng sống gần vì một Tuần này, họ sẽ hiểu được phúc âm nào?
LÀM không trả lời nhanh lên. Hãy để cái câu hỏi nán lại. **Một ĐƠN GIẢN HOẠT ĐỘNG**

Hôm nay, di dời một Sự không nhất quán. Không công khai.
Không một cách đáng kể. Nhưng cố ý.
Cho phép vâng lời trở nên liền mạch.

MỘT CẦU NGUYỆN (YÊN LẶNG) (Nói)

Bố,
Tôi muốn sống cuộc đời mình phù hợp với lẽ thật mà tôi tuyên xưng. Tôi muốn hành vi của mình nói lên rõ ràng về Chúa Kitô.
Hãy loại bỏ những mâu thuẫn gây nhầm lẫn

cho người làm chứng. Con chọn sự chính trực
trước mặt Ngài.
Amen.

MỘT MỀM MẠI TUYÊN NGÔN

Của tôi mạng sống phản ánh cái
phúc âm TÔI Tôi tin tưởng. Tôi
sống đúng đắn và chính trực.
Chúa Kitô là rõ ràng đã xem bởi vì Của tôi sự vâng lời.

NHÌN PHÍA TRƯỚC ĐẾN NGÀY BỐN MƯƠI

Ngày mai là không Một Bài
học. Đó là một **sự gửi**
đi .
Bạn sẽ không là yêu cầu ĐẾN học hỏi hơn-

Bạn sẽ là yêu cầu ĐẾN **sống cố ý** .

NGÀY BỐN MƯƠI – Hiện nay Đi, Và Là Đọc

NGÀY BỐN MƯƠI

HIỆN NAY ĐI — VÀ LÀ ĐỌC

A **CUỐI CÙNG BỐI CẢNH ĐẾN ĐI VÀO**

Bạn có đạt cái kết thúc của cái trang.

Ở đó là KHÔNG tiếng vỗ tay.

KHÔNG Phần kết luận được

bọc Ngay lập tức .

Nhận thức thầm lặng rằng không còn gì cần phải học hỏi thêm nữa — chỉ cần **đã sống** .

Bạn là KHÔNG dài hơn chỉ một

Một độc giả. Bạn là Hiện nay cái

sự tiếp theo. **SỰ THẬT CUỐI CÙNG**

Kinh thánh đã từng là không bao giờ có

nghĩa là ĐẾN kết thúc TRÊN giấy. Nó đã

từng là có nghĩa là ĐẾN là **hiện thân** .

Những gì bạn nhận được trong những ngày qua không chỉ đơn thuần là thông tin. Đó còn là sự hình thành nhân cách.

Sự căn

chỉnh.

Lời mời.

Hiện nay, của bạn mạng sống trở

thành cái Văn bản. Dành cho gia

đình đọc.

Đọc qua người lạ.

Đọc qua những thứ kia Ai không bao

giờ mở Một Kinh Thánh. Do chính

Đức Chúa Trời đọc.

KINH THÁNH BẰNG CUỐI CÙNG NHÂN CHỨNG

"Bạn là của chúng tôi thư từ... được biết đến Và đọc qua tất cả đàn ông."

— 2 Cô-rinh-tô 3:2–3

"Qua của họ trái cây Bạn sẽ biết họ."

— Matthew 7:16

"BẰNG cái Bố có đã gửi Tôi, TÔI Mà còn gửi Bạn."
—John 20:21

MỘT GIAO ƯỚC ĐẾN LÀM (ĐỌC CHẬM)

Hôm nay, Bạn là không yêu cầu ĐẾN hứa Sự hoàn hảo. Bạn là yêu cầu ĐẾN hứa **sự trung thành** .

Sống trung thực
. ăn năn Nhanh
chóng. Vâng lời
một cách im
lặng. Yêu
thương sâu sắc.
Kiên trì chịu đựng.
Không ĐẾN là Thật ấn
tượng — nhưng đó là
sự thật .

MỘT RIÊNG TƯ SỰ CAM KẾT

(Đọc nói to nếu như khả thi)

TÔI làm ĐẾN cuộc sống BẰNG Một cuộc sống thư tín của Chúa ơi. Tôi chọn vâng lời qua sự tiện lợi.

Sự thật hơn là thành tích. Lòng trung thành . qua sự chấp thuận.

TÔI sẽ cho phép Của tôi mạng sống ĐẾN là đọc rõ ràng.

TÔI sẽ đi bộ TRONG sự căn chỉnh khi KHÔNG một nhìn thấy.

TÔI sẽ đại diện Chúa Kitô với sự khiêm nhường Và Lòng can đảm. Cuộc đời tôi thuộc về Chúa.

Của tôi nhân chứng thuộc về ĐẾN cái thế giới. Amen.

MỘT CUỐI CÙNG TUYÊN NGÔN

TÔI là viết qua cái Tinh thần của cái cuộc sống Chúa ơi. Cuộc đời tôi phản ánh phúc

âm của Chúa Kitô.
Tôi là một nhân chứng trung thành
trong thế hệ của mình . đi bây giờ—
đến sống Gì TÔI tin tưởng.

MỘT ĐANG GỬI CẦU NGUYỆN

Bố,

Chúng tôi giải phóng cái này người đọc vào trong cái thế giới BẰNG Của bạn cuộc sống bức thư. Hãy bảo vệ sự chính trực của họ.

Tăng cường của họ sự vâng lời.

Cho phép của họ mạng sống nói chuyện rõ ràng Ở đâu từ thất bại.

Có thể Chúa Kitô là đã xem bởi vì
Họ. Mong rằng trái cây sẽ chứng
minh sự thật.
Có thể của họ nhân
chứng Chịu đựng. Gửi
họ-
không ĐẾN trình diễn,
Nhưng ĐẾN sống trung thành trước
Chính bạn. Amen.

HIỆN NAY ĐI

Đóng cái Sách.
Mở ra của bạn
Cuộc sống. Và
hãy đọc.

PHẦN KẾT LUẬN

CÁI TRANG HẾT — CÁI NHÂN CHỨNG TIẾP TỤC

T của anh ấy sách đã từng là không bao giờ có nghĩa là ĐẾN là hoàn thành bộ Ngoài ra.

Nó đã từng là có nghĩa là ĐẾN **đánh dấu Một đang quay** .

Những gì bạn vừa trải qua không chỉ đơn thuần là một chuỗi bài suy niệm, một sự suy ngẫm về lịch sử, hay một bài tập tâm linh. Đó là một lời mời gọi đến với một lối sống mà... Kinh thánh chính nó yêu cầu Nhưng văn hoá thường tránh: Một mạng sống cái đó Có thể là **đọc** .

Đức tin Kitô giáo không bao giờ được thiết kế để chỉ gói gọn trong sách vở, bục giảng, hoặc riêng tư các bản án. Từ cái bắt đầu, Của Chúa chủ đích có Điều đó đã rõ ràng—Chân lý của Ngài sẽ được ghi khắc trong lòng người, được thể hiện qua cuộc sống và được thế giới hiểu qua những thành quả hữu hình.

Cái này là cái cân nặng của hiện tại Một cuộc sống thư từ.

Cái mạng sống của Augustine nhắc nhở chúng ta cái đó sự biến đổi là không Mặc dù vâng lời là tức thì, nhưng sự vâng lời không phải là dễ dàng, và lòng trung thành không phải là không có cái giá phải trả. Tuy nhiên, lời chứng bền bỉ của ông cũng chứng minh một điều quan trọng không kém: khi một cuộc đời được hiến dâng... ĐẾN Của Chúa quyền tác giả, Nó trở thành dễ đọc sang thế kỷ.

Cùng một Thánh Linh đã khắc ghi vào lòng Augustine giờ đây cũng đang khắc ghi vào lòng bạn . Phần kết luận của cái này sách làm không hỏi Bạn ĐẾN ngưỡng mộ cái đó sự thật.

Nó hỏi Bạn ĐẾN **thể hiện** Nó.

Từ thời điểm này trở đi, cuộc sống của bạn sẽ tiếp tục lên tiếng—dù cố ý hay không. Nó sẽ được thể hiện qua những quyết định riêng tư, qua những khoảnh khắc không đề phòng, qua đau khổ và kiên trì, qua quyền lực và khiêm nhường, qua sự ăn năn và bền bỉ.

Câu hỏi còn lại không phải là liệu cuộc đời bạn có được đọc
hay không. Mà là **điều gì sẽ xảy ra tiếp theo. Nó sẽ nói** .
Có thể Nó nói chuyện sự thật không có sự biến dạng.

Mong rằng nó sẽ đơm hoa kết trái mà
không cần phải thể hiện gì cả. Mong
rằng Nó phản ánh Chúa Kitô không có
thỏa hiệp.

Và khi cuộc đời bạn được xem xét—bởi con người, bởi thời gian, và cuối cùng là bởi Chúa—mong rằng bạn sẽ thấy rõ ràng rằng bạn đã cho phép Thánh Linh của Đức Chúa Trời hằng sống viết nên cuộc đời bạn một cách tự do, trung thực và trọn vẹn.

Cái sách đóng cửa ở
đây. Cái nhân chứng
làm không.
Đi—và sống Gì Bạn tin tưởng.

GỌI ĐẾN HOẠT ĐỘNG

MỘT Hợp tác vì cái Mùa gặt

A Khi bạn khép lại cuốn sách này, chúng tôi mời bạn tiếp tục cuộc hành trình thêm một bước nữa—không phải... chỉ một TRONG của bạn sở hữu mạng sống, Nhưng vào trong cái cuộc sống của vô số linh hồn
sang cái các quốc gia.

Nếu như cái tin nhắn từ Của Chúa Chim ưng Bộ (GEM) có được củng cố, được thức tỉnh, hoặc được sắp xếp lại của bạn trái tim, chúng tôi khiêm tốn hỏi Bạn ĐẾN cầu nguyện xem xét **hợp tác với chúng ta vì cái rượu sake của cái mùa gặt** . Cái thế giới là đói bụng vì chân lý, niềm hy vọng, và tiếng nói dịu dàng nhưng không thể nhầm lẫn của Chúa Thánh Thần, và cùng nhau chúng ta có thể địa điểm những cái này tin nhắn Ở đâu họ là cần thiết hầu hết.

Chúng tôi tin tưởng phương tiện truyền thông là hơn hơn công nghệ—nó là Một **tâm linh mạng lưới** dàn diễn viên Đi sâu vào các quốc gia, làng mạc, thành phố và những nơi hẻo lánh. Thông qua phim ảnh, video, radio và kỹ thuật số. Bộ, GEM là đạt tới mọi người Ai có thể không bao giờ đi vào Một nhà thờ, nhưng của ai trái tim là rộng mở ĐẾN bắt gặp cái cuộc sống Chúa Kitô.

Của bạn quan hệ đối tác giúp chúng ta:

1. Sản xuất Tràn đầy Thánh Linh Phim ảnh & Băng hình Nội dung

Những câu chuyện và lời dạy chữa lành, truyền cảm hứng và bày tỏ tình yêu của Chúa Giê-su một cách rõ ràng, dễ hiểu và có sức thay đổi cuộc sống.

2. Phát tin cái Phúc Âm TRÊN Radio

Mang Lời Chúa đến các nhà tù, bệnh viện, cộng đồng nông thôn và những nơi xa xôi. vượt ra internet đạt tới—ở đâu mong là khan hiếm Và sự thật là quý giá.

3. Mở rộng Của chúng tôi Xã hội Phương tiện truyền thông Dạy học Môn đệ hóa Chiến dịch

Những bài suy niệm, lời cầu nguyện và bài giảng hàng ngày giúp củng cố đức tin, hàn gắn gia đình và trang bị cho các môn đệ trên toàn thế giới.

Tại sao Của bạn Ủng hộ Vấn đề

MỌI TIN NHẮN PHÁT HÀNH trở thành Một hạt giống của ánh sáng.

Mọi giảng dạy trở thành Một gợn sóng của sự biến đổi.

Mọi hành động của lòng hào phóng trở thành phần của Của Chúa toàn cầu mùa gặt.

Của bạn cho giúp đỡ cái này bộ với tới linh hồn chúng tôi có thể không bao giờ gặp TRÊN trái đất, nhưng sẽ chắc chắn gặp TRONG vĩnh cửu. Ở đó là KHÔNG đã sửa số lượng—cho chỉ một BẰNG cái Chúa dẫn dắt Bạn. Mọi quà, lớn hoặc bé nhỏ, vở kịch Một phần TRONG tiến lên cái Vương quốc.

ĐẾN Cộng sự hoặc Đưa cho:

PayPal :

https://www.paypal.com/ncp/payment/D6NEFW56KG8LU

Tithe.ly:

https://tithe.ly/give?c=308311

Flutterwave – https://flutterwave.com/donate/bbkpkokehxlw

TẤT CẢ CHO ĐI ĐƯỜNG PHỐ:

https://www.otakada.org/partnership-giving

Cảm ơn các bạn đã sát cánh cùng chúng tôi.

Cám ơn Bạn vì gieo hạt vào trong cái mùa gặt.

Cám ơn Bạn vì giúp đỡ chúng ta mang đến cái tin nhắn của Chúa Kitô ĐẾN cái các quốc gia.

Nguyện xin Chúa ban phước lành dồi dào cho bạn, gia tăng tài lộc phong phú, và nhân bội mọi hạt giống bạn gieo để vinh hiển Ngài.

TRONG Chúa Giê-su mạnh mẽ tên, Amen.

—Đại sứ Thứ hai O. Ogbe, Zacharias Đại bàng thần; An ủi Ladi Ogbe

Người sáng lập, Tổ chức God's Eagle Ministries

(GEM) www.otakada.org [1]

1. http://www.otakada.org

Làm sao ĐẾN Là Sinh Lại Và Bắt đầu Một Mới Cuộc sống với Chúa Kitô

Mcó thể bạn đã đi bộ với Chúa Giê-su trước, hoặc Có lẽ bạn đã chỉ gặp gỡ Thông qua Ngài những cái này 40 ngày. Nhưng Phải Hiện nay, thứ gì đó bên trong Bạn là khuấy.

Bạn là sẵn sàng vì hơn hơn tôn giáo.

Bạn là sẵn sàng vì **mối quan hệ** .

Bạn là sẵn sàng ĐẾN nói, "Chúa Giê-su,

TÔI nhu cầu "Chính bạn." Đây là sự

thật:

"Vì ai cũng phạm tội; tất cả chúng ta đều không đạt được tiêu chuẩn vinh hiển của Đức Chúa Trời... nhưng Đức Chúa Trời, TRONG Của anh ấy duyên dáng, tự do làm cho chúng ta Phải TRONG Của anh ấy thị giác."

— người La Mã 3:23–24 (NLT)

Bạn không thể kiếm sự

cứu rỗi. Bạn không thể

tự sửa chữa bản thân.

Nhưng Chúa Giê-su đã trả cái đầy giá — Và Anh ấy là chờ ĐẾN Chào mừng bạn về nhà.

Làm sao ĐẾN Là Sinh Lại

Hiện tại sinh lại có nghĩa đầu hàng của bạn mạng sống ĐẾN Chúa Giê-su — chấp nhận Sự tha thứ của Ngài , niềm tin rằng Ngài đã chết và sống lại, và việc tiếp nhận Ngài làm Chúa của bạn và Đấng cứu thế.

Của nó đơn giản. Của nó mạnh mẽ. Nó thay đổi

mọi thứ. Hãy cầu nguyện điều này thật to:

Chúa Chúa Giê-su, TÔI tin tưởng Bạn là cái

Con trai của Chúa ơi. Tôi tin tưởng Bạn chết

vì Của tôi tội lỗi Và hoa hồng lại.
TÔI xưng cái đó TÔI có phạm tội Và TÔI nhu cầu Của bạn sự tha thứ. Hôm nay, TÔI ăn năn Và xoay từ Của tôi cũ cách.
TÔI mời Bạn vào trong Của tôi mạng sống ĐẾN là Của tôi Chúa Và Đấng cứu rỗi. Rửa sạch Tôi lau dọn. Đổ đầy Tôi với Của bạn Tinh thần.
TÔI tuyên bố TÔI là sinh lại, được tha thứ, Và miễn phí.

Từ cái này ngày phía trước, TÔI sẽ theo Bạn
- Và TÔI sẽ sống TRONG Của bạn các
bước.
Cám ơn Bạn vì tiết kiệm Tôi. TRONG Chúa Giê-su Amen ."
Kế tiếp Các bước Sau đó Sự cứu rỗi

1. **Kể Người nào đó** – Chia sẻ của bạn phán quyết với Một người tin tưởng Bạn tin tưởng.
2. **Tìm thấy Một Dựa trên Kinh Thánh Nhà thờ** – Tham gia Một cộng đồng cái đó dạy Lời Chúa Và cuộc sống Nó ngoài. Thăm nom Của Chúa Chim ưng các bộ trực tuyến qua https://www.otakada.org hoặc https://chat.whatsapp.com/H67spSun32DDTma8TLh0ov
3. **Lấy Đã được rửa tội** – Lấy cái Kế tiếp bước chân công khai ĐẾN tuyên bố niềm tin của bạn .
4. **Đọc cái Kinh Thánh Hằng ngày** – Bắt đầu với cái Phúc Âm của John.
5. **Cầu nguyện Mọi Ngày** – Nói chuyện ĐẾN Chúa BẰNG Một bạn bè Và Bố.
6. **Hãy giữ liên lạc** – Hãy ở bên cạnh những người khuyến khích bạn bắt đầu hành trình mới.
7. **Bắt đầu Một môn đệ hóa Quá trình ở trong cái cộng đồng** – Phát triển một trong một mối quan hệ với Chúa Giê-su Chúa Kitô thông qua những cái này liên kết

đệ 40 ngày phần 1 - https://www.otakada.org/get-free-40-days-online-khóa học môn đệ trong hành trình cùng Chúa Giê-su/

40 Môn đệ hóa 2 - https://www.otakada.org/get-free-40-days-dna-of-Hành trình môn đệ cùng Chúa Giê-su - Phần 2/

Của tôi Sự cứu rỗi Chốc lát

Ngày : ____________________________

Chữ ký : ____________________________

"Nếu như bất cứ ai là TRONG Chúa Kitô, Anh ta là Một mới sự sáng tạo; cái cũ có đi qua xa, cái mới có đến!"

— 2 Cô-rinh-tô 5:17

Giấy chứng nhận của Mới Mạng sống TRONG Chúa Kitô

SỰ CỨU RỖI TUYÊN NGÔN – Sinh Lại bởi Grace

Cái này chứng nhận cái đó

____

(Đầy Tên)

có công khai tuyên bố **sự tin tưởng TRONG Chúa Giê-su Chúa Kitô** BẰNG Chúa Và Đấng Cứu Thế Và có đã nhận cái miễn phí quà của Sự cứu rỗi đến từ cái chết và sự phục sinh của Ngài.

"Nếu như Bạn công khai tuyên bố cái đó Chúa Giê-su là Chúa Và tin tưởng TRONG của bạn trái tim cái đó Chúa đã nuôi dạy Anh ta từ cái chết, Bạn sẽ là đã được cứu.

— người La Mã 10:9 (NLT)

Vào ngày này, thiên đường hân hoan và một hành trình mới bắt đầu. Ngày quyết định :____________

Chữ ký : ________________________________

Sự cứu rỗi Tuyên ngôn

"Hôm nay, TÔI đầu hàng Của tôi mạng sống ĐẾN Chúa Giê-su Chúa Kitô.

TÔI tin tưởng Anh ta chết vì Của tôi tội lỗi Và hoa hồng lại một lần nữa. Tôi nhận được Anh ta BẰNG Của tôi Chúa Và Đấng cứu thế.

TÔI là được tha thứ, sinh lại, Và làm ra mới.

Từ cái này chốc lát phía trước, TÔI sẽ đi bộ TRONG Của anh ấy các bước." Chào mừng bạn đến với Gia đình của Chúa!

Của bạn tên là viết TRONG cái Cừu Sách của Cuộc sống. Của bạn câu chuyện là chỉ bắt đầu — Và của nó vĩnh cửu.

KẾT NỐI VỚI CỦA CHÚA CHIM ƯNG CÁC BỘ

- Trang web: www.otakada.org [1]
- Sự giàu có Vượt ra Lo lắng Loạt: www.wealthbeyondworryseries.com [2]
- E-mail: ambassador@otakada.org

- **Ủng hộ cái này công việc:**

ỦNG HỘ VƯƠNG QUỐC DỰ ÁN, nhiệm vụ, Và miễn phí toàn cầu nguồ lực thông qua việc quyên góp dựa trên giao ước.

Quét Mã QR Mã số ĐẾN Đưa cho

https://tithe.ly/give?c=308311

Của bạn lòng hào phóng giúp đỡ chúng ta với tới hơn linh hồn, dịch tài nguyên, hỗ trợ các nhà truyền giáo, Và xây dựng môn đệ hóa hệ thống trên toàn cầu. Cám ơn Bạn!

1. https://www.otakada.org
2. https://www.wealthbeyondworryseries.com

Tác giả TIỂU SỬ

Zacharias Đại bàng thần

A tác giả • Giáo viên • Người có tầm nhìn Lãnh đạo

Zacharias Godseagle là một người thầy nhiệt huyết trong việc giảng dạy Lời Chúa và là một tiếng nói sáng suốt đối với Thân Thể Chúa Kitô. Ông mang trong mình ân điển đặc biệt để thấu hiểu tâm linh. Zacharias các bộ trưởng với sự rõ ràng, tiên tri độ sâu, Và Một Khát khao cháy bỏng được thấy các tín đồ sống trong sự thanh khiết, thánh thiện và hoàn toàn quy phục Chúa Kitô.

Là một cộng tác viên trong công việc của Tổ chức Mục vụ Đại Bàng của Chúa (GEM), ông đóng vai trò là... có ý nghĩa vai trò TRONG tạo hình môn đệ hóa nội dung, kinh thánh ánh sáng, và dựa trên phương tiện truyền thông tiếp cận cộng đồng cái đó chạm cuộc sống sang điện tử Và thuộc vật chất biên giới. Của ông ấy bài viết tập trung TRÊN bên trong sự biến đổi, vâng lời, Và cái phục hồi của Chúa Kitô lên ngôi trong lòng người tin.

Zacharias được thúc đẩy bởi một niềm tin đơn giản: **khi trái tim hướng về một phía, số phận sẽ đến. phù hợp.**

Ông tiếp tục tiếp cận khán giả trên toàn thế giới thông qua hoạt động giảng dạy, hướng dẫn và các dự án sáng tạo tràn đầy cảm hứng tâm linh.

Đại sứ Thứ hai O. Ogbe

TÁC GIẢ • NHÀ TRUYỀN GIÁO • Người sáng lập, Tổ chức God's Eagle Ministries (GEM)

Đại sứ Monday Oreojo Ogwuojo Ogbe là người sáng lập **God's Eagle**

Ministries (GEM) — một tổ chức truyền giáo toàn cầu với sứ mệnh "kết nối mọi người". ĐẾN Chúa bởi vì Của anh ấy Từ." Đã biết vì của anh ấy mãnh liệt niềm đam mê vì Thông qua sự thật, những câu chuyện giàu cảm xúc và những lời dạy mang tính tiên tri, ông phục vụ khắp các quốc gia. viết, podcasting, làm phim, điện tử truyền giáo, Và sự môn đệ hóa.

Với kinh nghiệm trong lĩnh vực lãnh đạo, truyền thông và các hoạt động truyền giáo, Đại sứ Monday mang Một giao thoa văn hóa sự xức dầu cái đó cộng hưởng từ Châu phi ĐẾN Châu Á, châu Mỹ, châu Âu và Trung Đông. Những lời dạy của ông đối mặt với những cuộc đấu tranh thầm kín trong tâm hồn người tín đồ—lòng tham lam, những đấu tranh về bản sắc, sự tự mãn về mặt tâm linh, Và cái tinh tế xói mòn của sự thân mật với Chúa.

Ông là tác giả của nhiều bài suy niệm, bộ sách và các bài giảng đa phương tiện tiếp cận hàng triệu người thông qua otakada.org và các nền tảng kỹ thuật số của GEM.

Của anh ấy mạng sống tin nhắn là đơn giản nhưng sâu sắc:

"Khi Chúa Kitô ngồi Tại cái trung tâm, mọi thứ khác lấy của nó chính đáng địa điểm."

An ủi Ladi Ogbe

TÁC GIẢ • người cầu thay • Người cộng tác TRONG Bộ

Comfort Ladi Ogbe là một nhà văn, người cầu nguyện và cộng tác viên trong sứ mệnh của Vương quốc Chúa Trời. của Của Chúa Chim ưng Các bộ. Người tài năng với lòng thương xót, sự phân biệt và Một nuôi dưỡng tinh thần, cô ấy mang lại xúc động độ sâu Và tâm linh tiếp đất với mọi dự án mà cô ấy tham gia.

Những đóng góp của bà - thường là thầm lặng - mang đậm dấu ấn của sự khiêm nhường. khôn ngoan, Và đang lành lại. An ủi các bộ trưởng bởi vì tư vấn, cầu nguyện, rèn luyện môn đệ và hợp tác sáng tạo, đặc biệt là trong các tác phẩm nhấn mạnh vào việc phục hồi gia đình, trưởng thành tâm linh và biến đổi tâm hồn.

Với tư cách là một tác giả, bà viết dựa trên kinh nghiệm sống và niềm tin tâm linh, mang đến cho độc giả sự sáng suốt, an ủi và khích lệ để theo đuổi sự trọn vẹn trong Chúa Kitô.

Comfort cam kết giúp các tín đồ trải nghiệm Chúa không chỉ qua tri thức, mà còn trong cuộc sống hằng ngày—nơi trái tim học cách tin tưởng, phó thác và phát triển.

Tác giả Trang:
https://www.amazon.com/stores/Zacharias-Godseagle/author/B0FCZ89D4K

SÁCH VÀ TÀI LIỆU THAM KHẢO ĐƯỢC KHUYẾN NGHỊ

GIA HẠN 7
Chữa lành cái Trái tim của Của bạn Trang chủ TRONG 7 Những ngày Gia hạn Loạt – Gia đình Đoàn kết Phiên bản

Liên kết ĐẾN Sách Sách bìa mềm - https://shop.ingramspark.com/b/084?params=htyfL002e1JzyEpZWkKtaXWF5FJ1jZFOjgiQKEfcbnw Link ĐẾN Amazon Trang Sách bìa mềm - https://www.amazon.com/RENEWAL- Chữa lành trái tim và sự đổi mới của bạn/dp/B0GD92153W

Link đến sách điện tử trên Amazon –
https://www.amazon.com/RENEWAL-Heal-Heart-Your-Renewal-ebook/dp/B0G91BMFND

QUÉT TÔI –

Gia hạn 7: Chữa lành cái Trái tim của Của bạn Trang chủ TRONG 7 Ngày

Cái Gia hạn Loạt — Gia đình Đoàn kết Phiên bản

Link đến sách bìa mềm - https://shop.ingramspark.com/b/084?params=nSEElv9oUsItOu5akVZlg4ycGbbmvlBOtSiqeOZr5yQ

Link đến sách bìa mềm trên Amazon - https://www.amazon.com/RENEWAL- HÔN NHÂN-Trái Tim-Hôn

Nhân-Làm Mới/dp/B0GDC1YZJ7

Link đến sách điện tử trên Amazon - https://www.amazon.com/RENEWAL- HÔN NHÂN - Trái Tim - Làm Mới Hôn Nhân - ebook/dp/B0G6JXJWJL

CÁI Ngai vàng CỦA CÁI TRÁI TIM – 12 các trận chiến chúng tôi phải thắn

AMAZON SÁCH ĐIỆN TỬ - https://www.amazon.com/THRONE-HEART- THAM LAM - Giả mạo - HÀI LÒNG - ebook/dp/ B0G4SPFRY7

mềm trên Amazon - https://www.amazon.com/THRONE-HEART-THAM LAM - Giả mạo - HÀI LÒNG/dp/ B0G4TKW1ND

Sách bìa mềm của Ingramspark - https://shop.ingramspark.com/b/084?params=a75LJXtvvI63VnzeQPleQT JWfu8CPQV615Oe31D80

4 TRONG 1 BÀI GIẢNG QUA ZACHARIAS Đại bàng thần với Âm thanh liên kết –

TRÊN AMAZON - https://www.amazon.com/Sermons-Zacharias-Godseagle-Audio-links-ebook/dp/B0G4XCH4TW

Sách bìa mềm trên Amazon - https://www.amazon.com/Sermons-Zacharias- Godseagle-Audio-links/dp/B0G4TK4XGT

Link mua sách bìa mềm Ingram Spark : https://shop.ingramspark.com/b/084?params=nK2JERskkbhdAOSNseTUNRhaCFqUPZuhB4uYfqrXvGb

THE LOGOS PROTOCOL SERIES | 1
PILGRIM CODE
AI AWAKENING
A prophetic sci-fi thriller where faith collides with artificial intelligence, and light wars against the code.
ZACHARIAS GODSEAGLE
AMBASSADOR MONDAY O. OGBE
COMFORT LADI OGBE

SÁCH ĐIỆN TỬ - https://www.amazon.com/Logos-Protocol-Awakening-artificial- intelligence-ebook/dp/B0FXNQFSWZ

Sách bìa *mềm* - https://www.amazon.com/Logos-Protocol-Awakening-trí tuệ nhân tạo/dp/B0FXNGR66D

Sách bìa cứng - https://www.amazon.com/Logos-Protocol-Awakening- trí tuệ nhân tạo/dp/B0FZNTQR6Y

Sách bìa mềm Ingramspark - https://shop.ingramspark.com/b/084?params=QkK4aNYTYO9U5z9uOkdHgc7Ue1eGDLqbb1tz9WRPaSk

Tại sao Sự giải thoát Thất bại - Và Làm sao cái Ngọn lửa của Chúa Khôi phục cái Linh hồn: 40 ngày Tuyên bố vì Đa năng Sự giải thoát

Sách điện tử - https://www.amazon.com/Why-Deliverance-Fails-Declarations- All-Round-ebook/dp/B0FW74L4G4

bìa mềm - https://www.amazon.com/Why-Deliverance-Fails-Declarations-All-Round/dp/B0FWB3LXRM

Đã lưu Nhưng Mất – Cái Không có kỷ luật Chuyển thành – đã dịch vào trong 25 ngôn ngữ

Sách bìa mềm

https://shop.ingramspark.com/b/084?params=iYNB6S3PLMfREpm0jMM15bMe3BvWlkjcYyLYnHVGAds

Ebook - https://www.amazon.com/SAVED-BUT-LOST-UNDISCIPLED-heartbreak-ebook/dp/B0FVJ29DF7

7 NGÀY CỦA TINH THẦN CHIẾN TRANH & SỰ HỒI PHỤC - cái này l
Phần 1

Liên kết cái Kẻ thù, Trở về Mũi tên Bảy lần, Và Khôi phục Số phận của bạn

https://shop.ingramspark.com/b/084?params=8mPzqUl73Ex7uPyeO7ydyt8EGkkB6u2gX1jZvWU8j1C

Link sách điện tử - https://www.amazon.com/DAYS-SPIRITUAL- WARFARE-RECOVERY-Returning-ebook/dp/B0FMPJM5KZ

7 NGÀY CỦA TINH THẦN CHIẾN TRANH & SỰ HỒI PHỤC - Phần 2 - Niêm phong

cái Chiến thắng, Tin nóng Hộ gia đình Sự độc ác, Và Bảo quản Của bạn đã được khôi phục Định mệnh

Sách bìa mềm - https://shop.ingramspark.com/b/
084?params=LkpNmGSsApHhWhiSO7bW3wFmcXQKIO4ZEBeSbP5rL1S
Sách điện tử - https://www.amazon.com/DAYS-SPIRITUAL-
WARFARE-RECOVERY-Wickedness-
ebook/dp/B0FR9YCMY8

TỪ BÓNG TỐI ĐẾN DOMINION: 40 Ngày ĐẾN Phá vỡ Miễn phí từ Sự kìm kẹp bí ẩn của bóng tối

MỘT Toàn cầu Lời cầu nguyện của Nhận thức, Sự giải thoát & Quyền lực - Dành cho cá nhân, Gia đình, Và Các quốc gia Sẵn sàng ĐẾN Là Miễn phí

Sách bìa mềm

https://shop.ingramspark.com/b/084?params=aVgp21QfwJxNANkfMxIQ0yejuFCVY12KFr978SRkZUD

Liên kết Amazon - https://www.amazon.com/DARKNESS-DOMINION- Devotional-Awareness-Deliverance-

ebook/dp/B0FLDH2Y67

- ***Đã giao hàng từ cái Quyền lực của Bóng tối*** **(Sách bìa mềm)** — Mua Ở đây [1] | Sách điện tử TRÊN

Amazon [2]

- **Đứng đầu Đánh giá từ cái Liên hiệp Các tiểu bang:**
  - **Thiêu Khách hàng** : "Cái Tốt nhất Cơ đốc giáo đọc bao giờ!" (5 sao)

Cảm ơn Chúa Giê-su vì lời chứng này. Tôi đã được ban phước rất nhiều và muốn giới thiệu cho mọi người. một ĐẾN đọc cái này sách... Vì cái tiền lương của tội lỗi là cái chết Nhưng cái quà của Đức Chúa Trời là sự sống vĩnh hằng. Shalom! Shalom!

- **Da Gster** : "Cái này là Một rất hấp dẫn Và hơn là lạ lùng sách." (5 sao)

Nếu như Gì là nói TRONG cái sách là ĐÚNG VẬY sau đó chúng tôi Thực ra là đường phía sau TRÊN Gì kẻ thù là có khả năng của đang làm! ... MỘT phải vì bất cứ ai muốn ĐẾN học hỏi về tâm linh chiến tranh.

- **Visa** : "Yêu cái này sách" (5 sao)

1. https://shop.ingramspark.com/b/084?params=oeYbAkVTC5ao8PfdVdzwko7wi6IQimg JY2779NaqG4e
2. https://www.amazon.com/Delivered-Power-Darkness-AFRICAN-DELIVERED-ebook/dp/B0CC5MM4MV

Cái này là MỘT mắt mở đầu... Một ĐÚNG VẬY lời thú tội... Gần đây TÔI có là tìm kiếm vì nó ở khắp mọi nơi ĐẾN mua Nó. Vì thế vui mừng ĐẾN lấy Nó từ Amazon.

- **FrankJM** : "Khá khác biệt" (4 sao)

Cuốn sách này nhắc nhở tôi về sự khốc liệt của cuộc chiến tâm linh. Nó cũng gợi nhớ đến lý do tại sao. vì đặt TRÊN cái "Đầy Áo giáp của Chúa."

- **JenJen** : "Mọi người Ai muốn ĐẾN đi ĐẾN Thiên đường- đọc cái này!" (5 sao)

Cái này sách đã thay đổi Của tôi mạng sống Vì thế nhiều. Cùng nhau với John Của Ramirez lời khai, nó sẽ làm Bạn Nhìn Tại của bạn sự tin tưởng khác nhau. Tôi đã đọc Nó 6 lần!

- *Cựu tín đồ Satan giáo: Cái James Trao đổi* (Sách bìa mềm) — Mua Ở đây [3] | Sách điện tử TRÊN Amazon [4]

3. https://shop.ingramspark.com/b/084?params=I2HNGtbqJRbal8OxU3RMTApQsLLxcUCTC8zUdzDy0W1

4. https://www.amazon.com/JAMESES-Exchange-Testimony-High-Ranking-Encounters-ebook/dp/B0DJP14JLH

- ***LỜI CHỨNG CỦA MỘT Châu Phi Cựu tín đồ Satan*** - *Mục sư JONAS LUKUNTU MPALA* (Sách bìa mềm) — Mua Ở đây [5] | Sách điện tử TRÊN Amazon [6]

- *Lớn hơn Khai thác 14* (Sách bìa mềm) — Mua Ở đây [7] | Sách điện tử TRÊN Amazon [8]

5. https://shop.ingramspark.com/b/084?params=0Aj9Sze4cYoLM5OqWrD20kgknXQQqO5AZYXcWtoMqWN
6. https://www.amazon.com/TESTIMONY-African-EX-SATANIST-Pastor-Jonas-ebook/dp/B0DJDLFKNR
7. https://shop.ingramspark.com/b/084?params=772LXinQn9nCWcgq572PDsqPjkTJmpgSqrp88b0qzKb

8. https://www.amazon.com/Greater-Exploits-MYSTERIOUS-Strategies-Countermeasures-ebook/dp/B0CGHYPZ8V

- *Ngoài của cái Quỷ Vạc* qua John Ramirez — Có sẵn TRÊN Amazon [9]
- *Anh ta Đã đến ĐẾN Bộ cái Những người bị bắt giữ Miễn phí* qua Rebecca Màu nâu — Tìm thấy TRÊN Amazon [10]

Khác sách đã xuất bản qua tác giả – Qua 1000 Tựa sách:

Được yêu thương, được lựa chọn và trọn vẹn : Hành trình 30 ngày từ sự từ chối đến...

Phục hồi đã dịch vào trong 40 ngôn ngữ của cái thế giới

https://www.amazon.com/Loved-Chosen-Whole-Rejection-Restoration-ebook/dp/B0F9VSD8WL

https://shop.ingramspark.com/b/084?params=xga0WR16muFUwCoeMUBHQ6HwYjddLGpugQHb3DVa5hE

9. https://www.amazon.com/Out-Devils-Cauldron-John-Ramirez/dp/0985604306

10. https://www.amazon.com/He-Came-Set-Captives-Free/dp/0883683239

Loved, Chosen and Whole
A 30-Day Journey from Rejection to Restoration
Zacharias Godseagle; Ambassador
Monday O. Ogbe; Comfort Ladi Ogbe

TRONG Của anh ấy Các bước — MỘT 40 ngày WWJD Thử thách:

Cuộc sống Giống Chúa Giê-su TRONG Đời thực Những câu chuyện Xung quanh cái Thế **giới** https://www.amazon.com/His-Steps-Challenge-Real-Life-Stories-ebook/dp/ B0FCYTL5MG https://shop.ingramspark.com/b/ 084?params=DuNTWS59IbkvSKtGFbCbEFdv3Zg0FaITUEvlK49yLzB

Chúa Giê-su TẠI CÁI CỬA:
40 Đau lòng Những câu chuyện Và Thiên đường Cuối cùng Cảnh báo ĐẾN Các nhà thờ ngày nay

https://www.amazon.com/dp/B0FDX31L9F

https://shop.ingramspark.com/b/084?params=TpdA5j8WPvw83glJ12N1B3nf8LQte2a1lIEy32bHcGg

GIAO ƯỚC MẠNG SỐNG: 40 Ngày của Đi bộ TRONG cái Chúc phúc của Đệ Nhị Luật 28

-

https://www.amazon.com/dp/B0FFJCLDB5Stori es từ Thực tế Mọi người, Thực tế Sự vâng lời, Và Hàng chính hãng :
https://shop.ingramspark.com/b/084?params=bH3pzfz1zdCOLpbs7tZYJNYgGcYf U32VMz3J3a4e2Qt

Sự biến đổi TRONG qua 20 ngôn ngữ

HIỂU BIẾT CÔ ẤY & HIỂU BIẾT ANH TA:
40 Ngày ĐẾN Đang lành lại, Hiểu biết, Và Bền lâu Yêu

https://www.amazon.com/KNOWING-HER-HIM-Healing-Understanding-ebook/dp/B0FGC4V3D9
https://shop.ingramspark.com/b/084?params=vC6KCLoI7Nnum24BVmBtSme9i6k59p3oynaZOY4B9Rd

HOÀN THÀNH, KHÔNG HOÀN THÀNH:
MỘT 40 ngày Hành trình ĐẾN Mục đích, Đoàn kết, Và Sự hợp tác

https://shop.ingramspark.com/b/084?params=5E4v1tHgeTqOOuEtfTYUzZDzLyXLee30cqYo0Ov9941
https://www.amazon.com/COMPLETE-NOT-COMPETE-Journey-Collaboration-ebook/dp/B0FGGL1XSQ/

THẦN THÁNH SỨC KHỎE MÃ SỐ - 40 Hằng ngày Chìa khóa ĐẾN Kích hoạt Đang lành lại Thông qua Chúa Từ Và Sự sáng tạo Mở khóa cái Đang lành lại Quyền lực của Thực vật, Cầu nguyện, và Tiên tri Hoạt động

https://shop.ingramspark.com/b/
084?params=xkZMrYcEHnrJDhe1wuHHYixZDViiArCeJ6PbNMTbTux
https://www.amazon.com/dp/B0FHJT42TK

Khác sách Có thể là thành lập TRÊN tác giả trang

https://www.amazon.com/ cửa hàng/Đại sứ-Thứ Hai-O.-Ogbe/tác giả/B07MSBPFNX

www.ingramcontent.com/pod-product-compliance
Lightning Source LLC
LaVergne TN
LVHW090225051026
849517LV00001B/190